D1680016

சிவசங்கர்.எஸ்.ஜே (பி.1976)

எழுத்து; காட்சி ஊடகம்; படைப்பிலக்கிய, சமூக, கோட்பாட்டு ஆய்வுகள்; மொழிபெயர்ப்பு எனப் பன்முகத் தளங்களில் தொடர்ச்சியாக இயங்கிவருபவர். ஐந்து குறும்படங்கள், இரு ஆவணப் படங்கள் இவரது உருவாக்கத்தில் வெளிவந்துள்ளன. இளங்கலை மருந்தாளுனர் பட்டம் பெற்றவர்.

இதர ஆக்கங்கள்

கடந்தை கூடும் கேயாஸ் தியரியும் சிறுகதைகள் (என்.சி.பி.ஹெச் 2012)

சர்ப்பம் அவளை வஞ்சிக்கவில்லை சிறுகதைகள் (காலச்சுவடு –2017)

யா–ஓ (மறைக்கப்பட்ட மார்க்கம்) மறைபுனைவு (வெற்றிமொழி –2019)

இது கறுப்பர்களின் காலம் மொழிபெயர்ப்புக் கவிதைகள் (நீலம் –2021)

அம்பேத்கரின் கடிதங்கள் மொழிபெயர்ப்பு (காலச்சுவடு–2022)

...என்றார் யா–ஓ மறைபுனைவு (யாவரும் –2022)

தொடர்புக்கு: prismshiva@gmail.com
98425 62500

பிக்காஸோ ஓர் எருதை வரைகிறார்

மொழிபெயர்ப்புக் கவிதைகள்

தொகுப்பும் மொழியாக்கமும்

சிவசங்கர்.எஸ்.ஜே

எதிர் வெளியீடு

பிக்காஸோ ஓர் எருதை வரைகிறார்
மொழிபெயர்ப்புக் கவிதைகள்
சிவசங்கர்.எஸ்.ஜே

முதல் பதிப்பு: ஜனவரி 2022
எதிர் வெளியீடு,
96, நியூ ஸ்கீம் ரோடு, பொள்ளாச்சி – 642 002
தொலைபேசி: 04259 226012, 99425 11302

விலை: ரூ. 150

Picasso Oor Eruthai Varaikiraar
Sivasankar S.J
Copyright © Sivasankar S.J

First Edition: January 2022
Published by
Ethir Veliyeedu, 96, New Scheme Road, Pollachi– 642 002
email: ethirveliyedu@gmail.com
www.ethirveliyedu.in

ISBN: 978-93-90811-83-0
Cover Design: Santhosh Narayanan
Printed at Jothy Enterprises, Chennai.

All rights reserved. No part of this book may be reprinted or reproduced or utilised in any form or by any electronic, mechanical or other means, now known or hereafter invented, including Photocopying and recording, or in any information storage or retrieval system, without permission in writing from the Publisher.

சமர்ப்பணம்

அம்மா பாக்கியம் ஐசக்
அப்பா ஜோதிராஜ் சாமிநாதன்
இருவருக்கும்

மொழிபெயர்ப்பாளர் உரை

'மெல்லக் கவிதை இனி சாகும்'

எழுதத் தொடங்கியது போலவே மொழிபெயர்க்கத் தொடங்கியதும் வெகு தற்செயலானது. கவிதை, கவிதையியல் குறித்த உரைகளின் தயாரிப்புகளுக்காகவே முதன்முதலில் கவிதை மொழிபெயர்ப்பில் ஈடுபட நேர்ந்தது.

தமிழ்க் கவிதைகளின் திசைப்போக்கைத் தீர்மானித்ததில் மொழிபெயர்ப்புக் கவிதைகளுக்கு வகிபாகமுண்டு. உலக சினிமாக்களுக்கு முன்னமே விரிந்த பரப்பை, பல்வேறு நிலவியல்களை, பலவித பண்பாட்டை, பரந்த பார்வையை நமக்கு முகம் செய்தவை மொழிபெயர்ப்புக் கவிதைகள்.

ஆப்பிரிக்க வானத்தை, போரில் இறந்த நண்பனின் கண்களை, அகதிகளின் அடையாள அட்டைகளை, பெஞ்சின் மீது அமர்ந்திருக்கும் மனச்சோர்வை, பியூனஸ் அயர்ஸின் கடற்கரையை, பைத்தியக்காரனின் நுரையீரலில் சுவாசிக்கும் கல்லை, இன்னும் கிளர்ச்சியூட்டும் பலவற்றையும் தந்த முன்னோடிகள் இந்திரன், எஸ்.வி.ஆர், எம்.ஏ. நுஃமான், பிரம்மராஜன், சுகுமாரன், என்.ஸ்ரீராம், இரவிக்குமார் ஆகியோருக்கும் களத்திலிருக்கும் புதியவர்களுக்கும் என் அன்பு.

பெயர்ப்புக்காகக் கவிதைகளைத் தேர்ந்தெடுப்பதில் தனியே எந்த அளவுகோலையும் நான் கைக்கொள்ளவில்லை. ஒரே அணுகுமுறை. பிடித்திருந்தது. செய்தேன். அவ்வளவுதான். இந்த மொழிபெயர்ப்பை முடிக்கும் தருவாயில் நான் கண்டடைந்ததாகச் சொல்ல விரும்புவது:

1) சமகாலக் கவிதைகள் உலகளவில் பெரும்பாலும் ஏலவே நிறுவப்பட்ட கவிதைத்தன்மையிலிருந்து முற்றிலும் விலகிக்கொண்டிருக்கின்றன.

2) உணர்வுகளை, உள்ளுணர்வுகளை நேரடியாகத் தட்டியெழுப்பும் கவிதைத்துவம் (கவித்துவம்) சமீபக் கவிதைகளில் வழக்கொழிந்து போய்விட்டது.

3) சாதாரணங்களிலிருந்து அசாதாரணங்களைக் கண்டடையும் முந்தையகாலக் கவிதை வரையறை அசாதாரணங்களிலிருந்து சாதாரணங்களைக் கண்டடைவதாகத் தலைகீழாக்கம் பெற்றிருக்கிறது.

இறுதியாக, கிட்டத்தட்ட முழுவதுமாய் உரைநடையை நெருங்கிக் கொண்டிருக்கின்றன கவிதைகள். இந்த அவதானிப்பை இந்தத் தொகுப்பில் இடம்பெறும் பல கவிதைகள் கட்டியம் கூறும். ஒருவேளை தமிழ்க்கவிதையின் பரிமாணங்களும் மாற்றம் கொள்ளும்.

எந்த நாடாகயிருந்தாலும் அதன் மொழிநுட்பமோ, பண்பாடோ, வரலாறோ, புவியியலோ முழுவதும் புரியாவிட்டாலும் அங்குள்ள ஒரு கவிஞரை ஒரு கவிதையை என்னால் உணர்ந்துகொள்ள முடியும் என்கிற அசட்டுத் துணிச்சலே இந்தத் தொகுப்புக்கான, மொழிபெயர்ப்புக்கான உந்துதல். ரேந்த்ராவின் அறுதிப்பாடல் (SWAN SONG) என்கிற கவிதையை பெயர்த்தபோது ஒரு கவிதையின் கதாபாத்திரத்தை எந்தளவு நேசிக்க முடியும் என்பதை அறிந்தேன். தொகுப்பிற்குக் காக்கைகளிடம் இனி சொல்வதற்கு ஒன்றுமில்லை, காக்கையின் குடலில் எழுதப்பட்ட புத்தகம், மரியா சைத்தூன் ஆகிய தலைப்புகளும் பரிசீலிக்கப்பட்டன. எனினும் பல்வேறு தேசங்களைச் சேர்ந்த கவிதைகளின் பல்வேறு நிறங்களால் நிரம்பி வழியும் தொகுப்பின் தலைப்பில் பிக்காஸோ இடம்பெறுவதே பொருத்தமானதாயிருக்கும் என நம்புகிறேன்.

மொழிபெயர்ப்புக்கான கவிதைகளில் சிலவற்றை அறிமுகம் செய்த வே.நி.சூர்யா, இளவல்கள் ஜெயப்பிரகாஷ், வள்ளியப்பன், புனிதன், றாம் சந்தோஷ், நண்பர்கள் கார்த்திகைப்பாண்டியன், நிஷாந்த், தினேஷ் செல்வராஜ், டோனி ப்ரெஸ்லர், எதிர் வெளியீட்டின் அனுஷ், சீனிவாசன், அச்சகத்தினர் யாவருக்கும் பிரியங்கள்.

அன்போடு
சிவசங்கர். எஸ்.ஜே

சண் வென்போ [Sun Wenbo (1956)]

தென்மேற்கு சீனாவின் சிசுவான் மாகாணத்தில் பிறந்தவர. கிராமியப் பால்யகாலம் கொண்டவர். ராணுவ வீரராக, ஆலைத் தொழிலாளியாக, பத்திரிகை ஆசிரியராக இருந்து கவிஞராக உருமாறியவர். தனக்கேயுரிய அழகியலோடு கவிதைகளை அணுகுபவர். ஏராளம் தொகுதிகளைத் தந்திருந்தாலும் வெவ்வேறு தன்மையோடு அவற்றை எழுதியிருக்கிறார். *Anne Kao Poetry Prize (1996), Pearl River International Poetry Festival Prize (2009), Hainan Changyu Poetry Award (2010)* ஆகிய விருதுகளை வென்றிருக்கிறார். ஒவ்வொரு நாட்டுக்கும் அவற்றின் மொழிக்கும், பண்பாட்டுக்கும், தனிநபருக்கும், ஒவ்வொன்றுக்குமான பரஸ்பர உறவு குறித்த ஓர்மையோடு இயங்கும் சண் வென்போ சீன இளைய கவிஞர்களின் ஆதர்சம்.

காக்கைகளிடம் இனி சொல்வதற்கு ஒன்றுமில்லை

முதலில் ஒன்று
பிறகொரு கூட்டம்
வளைந்த சிறகுகளை அடித்தவாறு
காரிருளை வானில் தீட்டியபடி
என் முன்னால்
முடிவவிழ்த்த இயற்கையின் நாடகத்தை
பார்ப்பதுபோல நானதைப் பார்க்கிறேன்
ஒற்றைக் காக்கை... ரகசியம்
ஒரு கூட்டம் எனில் பயம்
கடந்த காலத்திலிருந்து மனிதர்களால் தப்பித்துவிட முடியாது
பில்லி சூன்யம் தீர்க்கதரிசனம் அனுமதிக்கப்படாத விழிப்பு
காக்கைகள் என்னுள் பறப்பதை உணர முடிகிறது
இல்லாத எதிரியை
தவறான அடிஸ்தானங்களைக் கொண்டு
எழுப்பிய ஒரு நாடாக
என் எல்லைகளுக்குள் நான் அமர்கிறேன்
எனக்குப் புரியாததை நான் நம்புகிறேன்
நம்பாததை நான் விசுவாசிக்கிறேன்
என் இளமையின் நாட்களுக்கு ஏங்கவும் செய்கிறேன்
கற்பனையிலும் ஓர்மையிலும் மட்டுமேயிருக்கும்
மொழியின் வேலிகள் இன்னும் கட்டப்படவில்லை
கருத்த காக்கையும் வெளுத்த பனியும்
எதிரெதிர் என்றாலும் ஒன்றுதான்
அதுவொரு அழகு அதுவொரு முரண் சொர்க்கம்
மறைந்துபோவதுதான் என்றென்றைக்குமாக இருப்பதின் வழி
இப்போது புனைவாகிவிட்டன காக்கைகள்
எனக்கு வெளியில் அவை பறக்கின்றன
எனினும் அவை அங்கு இல்லை
பழைய மௌனத்தோடு வட்டமிடும்
அவை அங்கு நிச்சயம் இல்லை
உயரே...
கண்ணாடிக் கூரைகளில்...
வசிக்கின்றன...
எங்கேயோ...

ஜியாங் ஹேவோ [Jiang Hao (1971)]

சீனாவின் சிசுவான் மாகாணத்தில் சோன்குவிங்கில் பிறந்தவர். கட்டுரையாளர், பத்திரிகை ஆசிரியர், புத்தக வடிவமைப்பாளர் எனப் பன்முகம் கொண்டவர். 2005இல் வெளியான *Rhetorics* எனும் அவருடைய முதல் தொகுப்பு (2005) புகழ்பெற்ற *Tendancy Literature Award*–ஐ வென்றது. இதுவரைக்கும் ஒரு கட்டுரைத் தொகுப்பும், நான்கு கவிதைத் தொகுதிகளும் வெளியாகியுள்ளன. தாவோ தத்துவத் தாக்கத்தோடு பரிசோதனை முறையில் கவிதைகளை எழுதி வரும் ஜியாங் ஹேவோ மேற்கத்திய பாதிப்பிலிருந்து சீனக் கவிதைகள் வெளியேறத் தன்னளவில் முயற்சி செய்பவர்.

கடலின் வடிவம்

ஒவ்வொரு முறையும் நீங்கள் கடலின் வடிவத்தைக்
கேட்கையில்
இரண்டு பைகளில் கடல் நீரைக் கொண்டு வருகிறேன்
ஒரு ஜோடி கண்களைப் போல் இதுதான் கடலின் வடிவம்
அல்லது ஒரு ஜோடி கண்கள் பார்க்கும் கடலின் வடிவம்
இதுதான்
இரண்டு எரியும் கண்ணீர்த்துளிகள்
நீங்கள் அதைத் துடைக்க எத்தனிப்பது போல் தொடுகிறீர்கள்
இந்தக் கண்ணீரைப் போலவும் கடலின் வடிவம் இருக்கும்
அந்தத் தூய்மை ஒரே ஆன்மாவிலிருந்து ஊறுவது
பைகளைச் சேர்த்து விடுவதால்
கடலை விசாலப்படுத்தி விட முடியாது
இரண்டு மீனல்லாதவை அதனுள்ளிருந்து வெளியில்
இப்போதுதான் நீந்தி வெளியேறியதைப்போல்
அவை புத்தம்புதிதானவை
நீங்கள் கடல்நீரை மாவின்மீது தெளியுங்கள்
ரொட்டி - அதுவும் கடலின் வடிவம்தான்
ஒரு பாய்மரத்தைக் கொண்டு
அதை வெட்டும்முன்
அது படகைப்போல் கிளம்பிவிடுகிறது
கரையிலிருந்து பின்வாங்கும் அலைகளாய்
மேஜையில் கைவிடப்பட்ட தட்டையான
பிளாஸ்டிக் பைகளும் கடலின் வடிவம்தான்
பெரும் அலையொன்று திரும்பிப்போகும்போது
உப்பு மிஞ்சியிருக்கும்
அதுவும் கடலின் வடிவம்தான்...
நீங்கள் நம்பவில்லையா
கடலின் வடிவத்தில்
நானொரு பையில் நீரும்
ஒரு பையில் உப்பும்
கொண்டு வருவேன்
நீங்கள் சம்மதிப்பீர்கள்
நீங்கள் மறுப்பீர்கள்
பிறகு நீங்கள் சம்மதிக்க மறுப்பீர்கள்

மறுக்கச் சம்மதிப்பீர்கள்
நீங்களே முயன்று பார்க்கலாம்
இது உங்களின் வடிவமும் கூட
ஆனால் நீங்கள் சொல்வீர்கள்
"நான் என்பது என்னுடைய பிம்பம் மட்டுமே"

துவோ துவோ [Duo Duo (1951)]

சீனாவில் மாவோவின் ஆட்சி ஏற்பட்ட இரு வருடங்களில் பிறந்தவர். இயற்பெயர் லீ ஷிஷெங். தனித்துவமான மந்திர வரிகளும், புதிரான படிமங்களும் இவரது சிறப்பம்சம். முறையாகக் கல்வி பயின்றிராத போதும் வாசிப்பின் வழி தன்னை உருவாக்கிக்கொண்ட ஆளுமை. இவர் முன்னாள் ஒபேரா பாடகரும் கூட. 2009இல், ஒன்பது நாடுகளைச் சேர்ந்த கவிஞர்களைக் கொண்டதொரு தேர்வுக்குழு, பிரசித்திபெற்ற *Neustadt International Prize for Literature* விருதைப் பெறுபவராக துவோ துவோவைத் தேர்ந்தெடுத்தது. *Yinchuan Poetry Prize* போன்ற சீனாவின் முக்கிய விருதுகளையும் அங்கீகாரங்களையும் வென்றிருக்கிறார்.

காலை

இன்று காலை அல்லது எந்த நேரமோ
இது காலை
நீ எழுந்துவிட கனவு காண்கிறாய்
எழுந்துவிட அச்சமாயிருக்கிறது
கயிறுகளைக் கண்டு பயம்கொள்வதாயும்
பறவை முகம் கொண்ட
பெண்களைக் கண்டு பயம்கொள்வதாயும்
நீ சொல்லிக்கொள்கிறாய்... எனவே
பறவைகளின் வார்த்தை பேசும்
பறவைகளின் பாலை அருந்தும்
உன் தந்தையை கனவு காண்கிறாய்
கனவிலல்லாமல் சந்தர்ப்பவசத்தால்
உன்னைப் பெற்ற உன் மணமாகாத தந்தையை
கனவு காண்கிறாய்
உன் தந்தை கண்ட கனவை நீயும் காண்கிறாய்
இது இறந்த ஒருவன் கண்ட கனவு என்று
உன் தந்தை சொன்ன கனவை
இதுவொரு கனவு
கனவு மட்டும்தான் அதுவும் உன்னுடையது
என்பதை நீ நம்பவில்லை நம்பாமலுமில்லை
அந்தக் கனவு அப்போது
கைகளால் பிசைந்த ஒரு மிதிவண்டியின் கைப்பிடியாயிருந்தது
இப்போதோ உன் தகப்பனின் வயிற்றிலிருந்து தொங்குகிறது
அப்போது அது - அந்தக் கனவு
பிறக்க மறுத்த ஒரு மகனாயிருந்தது
இப்போது அது நீயேதான்
அந்தக் கைப்பிடிக்கு நீ ஊர்ந்து சென்று
உன் தகப்பனால் தரையிலிடப்பட்ட மினுக்கத்தோடு
உன்னைக் கண்டு சிரிக்கும் பற்களை கனவு காண்கிறாய்
ஆக நீ மரணமல்ல
ஆயினும் மரணம் குறித்ததொரு நிகழ்வுதான்
நீ உனது கனவின் மரணத்தை
கனவு கண்டிருக்கிறாய்

கேரல் ஆன் டஃபி [Carol Ann Duffy (1955)]

பிரித்தானியக் கவிஞர், நாடகாசிரியர். மான்செஸ்டர் மெட்ரோபாலிட்டன் பல்கலையில் சமகாலக் கவிதைத்துறைப் பேராசிரியராகப் பணிபுரிந்தவர். தன்னை ஒரு LGBT கவிஞர் எனப் பிரகடனம் செய்துகொண்டவர். Standing Female Nude (1985), Selling Manhattan (1987), Moan Time (1993), மற்றும் Rapture (2005) இவரது முக்கியமான ஆக்கங்கள். Somerset Maugham Award, Whitbread Poetry Award, T.S.Elliot Prize ஆகிய விருதுகளை வென்றிருக்கிறார். பால்பேதம், வன்முறை, அடக்குமுறைக்கு எதிரான இவரது எளிய கவிதைகள் பள்ளி மாணவர்களிடையே பெரும் வரவேற்பைப் பெற்றுள்ளன.

காதலன்/காதலி

ஒரு சிவப்பு ரோஜாவையோ
பளபளக்கும் இதயத்தையோ அல்ல

நான் கையளிப்பது ஒரு வெங்காயத்தை

அது பழுப்புத்தாளில் பொதியப்பட்ட நிலவு
காதலின் மெல்லிய அவிழ்தலைப்போல்
அது நிச்சயம் ஒளி தரும்

ஒரு காதலியை/காதலனைப் போல
அது உங்களைக் கண்ணீரால் மங்கச் செய்யும்

அது நடுநடுங்கும் துயர புகைப்படத்தை ஒத்ததாக்கும்
உங்கள் முகபாவனையை

நான் முடிந்தவரைக்கும் உண்மையுள்ளவளா(னா)ய்
இருக்க முயற்சிக்கிறேன்

கிம் ஹைசூன் [Kim Hyesoon (1955)]

தென்கொரியாவின் கிம் ஹைசூன் கொரிய இலக்கியத்தில் முனைவர் பட்டம் பெற்றவர். சியோல் பல்கலையில் தற்போது படைப்பிலக்கியப் பேராசிரியராகப் பணிபுரிகிறார். ஆண்மையச் சமூகமான தென்கொரியாவின் அனைத்துத் தளங்களிலும் பெண்களுக்காக தொடர்ந்து குரல் கொடுப்பவர். From another star (1981), Fathers scare crow (1985), The hell of a certain star (1987), Our negative picture (1991), My Upanishad Seoul (1994), A poor love machine (1997), To the calendar factory manager (2000), A glass of red mirror (2004), Your first (2008), Sorrow toothpaste Mirror cream (2011), Blossom pig (2016), Autobiography of death (2016), Wing Phantom Pain (2019) ஆகியவை இவரது கவிதைத் தொகுதிகள். Kim Su-yong Literature Award, Sowol Poetry Literature Award, Daesan Literary Award, Griffin Poetry Prize உள்ளிட்ட பல விருதுகள் இவருக்கு வழங்கப்பட்டுள்ளன.

ஒரு மகளைப் பெற்றெடுத்த நாளின் ஓர்மையில்...

(பன்சோரி தாளத்தில்...)

கண்ணாடியைத் திறந்து உள்நுழைகையில் என் அம்மா
கண்ணாடியினுள் அமர்ந்திருக்கிறாள்
மறுபடி கண்ணாடியைத் திறந்து நான் மீண்டும் நுழைகையில்
என் அம்மாவின் அம்மா அந்தக் கண்ணாடியினுள்
அமர்ந்திருக்கிறாள் அம்மாவின் அம்மா அமர்ந்திருக்கும்
அந்தக் கண்ணாடியைத் தள்ளி அதன் வாசலைத் தாண்டுகிறேன்
அங்கே பற்கள் தெரிய சிரித்தபடி
என் அம்மாவின் அம்மாவின் அம்மா இருக்கிறாள்
முறுவலிக்கும் அம்மாவின் அம்மாவின் அம்மாவின்
உதட்டைத் தாண்டி என் தலையை நீட்டுகிறேன்
எனக்கு முதுகு காட்டியபடி என்னைவிட இளமையான
அம்மாவின் அம்மாவின் அம்மாவின் அம்மா அங்கிருக்கிறாள்
நான் அந்தக் கண்ணாடியையும் திறந்து உள்ளேறி
மறுபடி உட்புகுந்து
பின்னும் ஒருமுறை கூட உள்ளே நுழைய
உள்ளே இருட்டில்... கும்மிருட்டில்
என் தலைமுறையின் எல்லா அம்மாக்களும் அங்கிருக்கிறார்கள்
என்னைக் கண்டதும்
அம்மா அம்மா என்று கூக்குரலிட்டு முனங்கி
பாலுக்கு அழுது உதடுகளைப் பிளந்தபடி
என்னை நோக்கித் தாவுகிறார்கள்
என் மார்புகள் வறண்டுபோயிருக்கிறது பதிலாக யாரோ
என் குடல்களுக்குள் காற்றைச் செலுத்த பிறகு
என் வயிறு உப்பி ஒரு பலூனாகி
அந்தக் கண்ணாடிக்குள்ளே விசாலமாய் பிரமாண்டமாய்
கடல்மேலே அங்குமிங்கும் மிதந்தலைந்து
பற்றிக்கொள்ள சிறு குச்சியும் இல்லாமல்
இடையிடையே உடலெங்கும் மின்னல்வெட்டாய்
ஒளிக்கீற்றுகள்
கடலுக்குள் ஒவ்வொரு முறை முங்கியெழும்போதும்...
ஆழத்தில்
கடலடியில்...

கரையில் விடப்பட்ட எல்லா அம்மாக்களின் காலணிகளும்
மங்கி மறைய
மீண்டும் தெளிவான வானத்திலிருந்து மின்னல்
விளக்குகள் அணைகின்றன... எங்கெங்கெனாதபடி இருள்...
அந்தக் கணத்தில் என்முன் நொறுங்குகின்றன கண்ணாடிகள்
உடைந்துமுடிந்த அதே நொடியில் வெளியே கக்கியெறிகிறது
கண்ணாடிகள்
ஒரு அம்மாவை
வெள்ளையுடையில் நிறைய பேர்... கையுறைகள் அணிந்த
கைகளால் கண்ணாடிச்சில்லுகளை அப்புறப்படுத்திவிட்டு
பிறகு
என் அம்மாக்களுக்கெல்லாம் அம்மாவை தூக்கிக்
காட்டுகிறார்கள் உயரே...
ரத்தத்தில் தோய்ந்து கண்களை மூடியபடி
ஆம்
ஒரு ராஜகுமாரி
எல்லா பத்து அம்சங்களோடும்

[பன்சோரி - தாள இசையோடு பாடப்படும் ஒரு ஜென் தத்துவக்
கதைப்பாடல்]

டென்சின் ட்சுண்ட்யு [Tenzin Tsundue (1975)]

எழுத்தாளரும் கவிஞரும் செயற்பாட்டாளருமான டென்சின் ட்சுண்ட்யு இதுவரைக்கும் நான்கு நூல்களை வெளியிட்டுள்ளார். டென்சினின் பெற்றோர் 1959இல் திபெத்தில் இருந்து கட்டாயமாக வெளியெற்றப்பட்டு இந்தியாவில் சாலைப்பணியாளர்களாக அலைந்து திரிந்தபோது சாலையோரத்தில் பிறந்தார். சென்னையிலும் பிறகு மும்பையிலும் கல்வி பயின்றார். 2002இல் வெளியான கோரா என்கிற தொகுப்பு பரவலான கவனத்தைப் பெற்றது. திபெத்திய நண்பர்கள் எனும் அமைப்பின் பொதுச்செயலாளராக இருக்கிறார். சீனாவிற்கு எதிராக மும்பையில் நடைபெற்ற ஆர்ப்பாட்டத்தில் திபெத்திய விடுதலைக் கொடியும் பதாகைகளும் ஏந்திப் போராடியதில் இந்தியக் காவல்துறையால் கைது செய்யப்பட்டு ஊடகங்களின் கவனத்தை ஈர்த்தார். *Crossing the Border (1999), Kora (2002)* மற்றும் *Tsen-gol (2012)* ஆகியவை இவருடைய முக்கியமான ஆக்கங்கள்.

நானொரு தீவிரவாதி

நான் தீவிரவாதி
கொல்வது எனக்கு விருப்பமானது
எனக்கு கொம்புகள் உண்டு
இரண்டு விஷப்பற்கள்
ஒரு தும்பிவால்
நாட்டிலிருந்து துரத்தப்பட்டு
அஞ்சி ஒளிந்து
முகத்தில் கதவடைக்கப்பட்டு
உயிர் பிழைத்து நிற்கிறேன்
திரும்பத் திரும்ப நியாயம் மறுக்கப்பட்ட
ஊடகங்களால் பொறுமை சோதிக்கப்பட்ட
கள்ள மௌன பெரும்பான்மைக்கு முன்பு
கடுந்தாக்குதலுக்குள்ளான
அந்த முட்டுச்சந்திலிருந்து
நான் திரும்பி வந்திருக்கிறேன்
நீங்கள் மூக்குடைத்து கீழே தள்ளிய
அவமதிப்பு நான்
நீங்கள் இருளில் புதைத்த
அவமானம் நான்
என்னைச் சுட்டுவிடுங்கள்
தீவிரவாதி நான்
கோழைமை அச்சம்
இரண்டையும் பள்ளத்தாக்கில் விட்டு வந்துவிட்டேன்
பூனைக்குட்டிகளோடு
நாய்க்குட்டிகளோடு
தனியன் நான்
இழப்பதற்கு ஏதுமில்லை
நானொரு தோட்டா
எதையும் சிந்திக்கும் நிலையிலில்லை
அந்தத் தகரக் கூட்டிலிருந்து
அதிர்வூட்டும் இரண்டே நொடி வாழ்வின் பொருட்டு

எம்பிக்குதித்து வெளியேறி
கொல்லப்படுபவனோடு
கொல்லப்படுவேன்
நீங்கள் கடந்து சென்ற
அந்த ஜீவிதம்
நான்

வேவுபார்த்தல்

லடாக்கிலிருந்து திபெத்
ஒரு எட்டு தூரம்தான்
டும்ட்சேயின் கருத்த மேட்டிலிருந்து
திபெத் தொடங்குகிறது
என்றார்கள்
முதல் முறை
என் தாய்நாட்டைப் பார்க்கிறேன்
பதுங்கிப் பதறி அந்த
மணல்மேட்டை அடைகிறேன்
ஆவேசமாய்
மண்ணை முகர்ந்து
தரையை நோண்டி
உலர்காற்றின்...
காட்டுக் கொக்கின்... ஒலிகளைக் கேட்கிறேன்
எந்த எல்லைகளும் என் கண்கள் காணவில்லை
எதுவும் விநோதமாகத் தோன்றவில்லை
நான் அங்கிருந்தேனா இங்கிருந்தேனா
நான் அறியவில்லை
நான் இங்கிருந்தேனா அங்கிருந்தேனா
எனக்குப் புரியவில்லை
க்யாங்குகள்*
ஒவ்வொரு குளிர்காலத்திலும்
இங்கு இடம்பெயருமாம்
ஒவ்வொரு கோடைகாலத்திலும்
அங்கும் இடம்பெயருமாம்
சொன்னார்கள்...

[க்யாங் - திபெத் லடாக் பகுதிகளில் காணப்படும் காட்டுக் கழுதைகள்]

அவநம்பிக்கையின் யுகம்

என் தலாய்லாமாவைக் கொன்றுவிடுங்கள்
அதன் பிறகு நான் நம்பிக்கை வைக்கமாட்டேன்
என் தலையை
புதையுங்கள்
உதையுங்கள்
என்னை அம்மணமாக்கி
சமயநீக்கம் செய்யுங்கள்
சங்கிலி அணிவியுங்கள்
விடுதலை மட்டும் செய்துவிடாதீர்கள்
சிறைக்குள்
இந்த உடல் உங்களுடையது
உடலுக்குள்ளோ
நம்பிக்கைகள் எனக்கேயானது
நீங்கள் தாராளமாக
கொன்றுவிடுங்கள் இங்கேயே - அமைதியோடு
மூச்சு நின்றுவிட்டதை உறுதிப்படுத்திவிட்டு
விடுதலை மட்டும் செய்தே விடாதீர்கள்
தேவைப்பட்டால் மறுபடியும் தொடருங்கள்
முதலிலிருந்து...
என்னை ஒழுக்கப்படுத்துங்கள்
மறுகல்வி போதியுங்கள்
மறு கருத்தேற்றுங்கள்
உங்கள் கம்யூனிச அடவுகளைக் காண்பியுங்கள்
விடுதலை மட்டும் செய்து விடாதீர்கள்
என் தலாய்லாமாவைக் கொன்றுவிடுங்கள்
அதன் பிறகு நான் நம்பவே மாட்டேன் சத்தியமாக

தொடுவானம்

வீட்டிலிருந்து தொடுவானத்தை
அடைந்தாகிவிட்டது
இங்கே
இங்கேயிருந்து மற்றொரு
இங்கே
அங்கிருந்து அடுத்தது
அடுத்ததிலிருந்து அடுத்தது
தொடுவானத்திலிருந்து
தொடுவானத்துக்கு
ஒவ்வொரு காலடியும்
ஒரு தொடுவானம்
காலடிகளை கணக்கெடுத்துக்கொள்ளுங்கள்
வெள்ளைநிறக் கூழாங்கற்களை
அந்த விநோதமான வேடிக்கை நிரம்பிய இலைகளை
பொறுக்கிக் கொள்ளுங்கள்
வளைவுகளை முகடுகளை
குறித்துக் கொள்ளுங்கள்
ஒருவேளை
நீங்கள் மறுபடி வீடடைய
அவை தேவைப்படலாம்

அதோனிஸ் [Adonis (1930)]

அலி அஹமது சையது எஸ்பர் என்ற இயற்பெயர் கொண்ட அதோனிஸ் ஜனவரி 1930இல் மேற்கு சிரியாவில் பிறந்தவர். டமாஸ்கஸ் பல்கலையில் தத்துவவியலிலும் பெய்ரூட் பல்கலையில் அரபு இலக்கியத்திலும் பட்டம் பெற்றவர். சிரியாவின் சோஷலிச கட்சி உறுப்பினர், போராட்டங்களில் கலந்து கொண்டு சிறை சென்றவர். இருபது கவிதைத் தொகுதிகள், பதிமூன்று விமர்சனத் தொகுதிகள், மொழிபெயர்ப்பு என இவரது எழுத்துலகம் பிரமாண்டமானது. அரபு உலகின் மிக முக்கிய இலக்கிய ஆளுமை. சூஃபி அழகியலும், தத்துவமும் இவர் கவிதைகளின் ஆதர்சம். *Griffin Poetry Prize*, அரபு மொழியிலிருந்து ஆங்கிலத்தில் பெயர்க்கப்பட்ட நூல்களுக்கு வழங்கப்படும் *Saif Ghobash – Banipal Prize* ஆகியவற்றை வென்றிருக்கிறார். ஒவ்வொரு வருடமும் வெளியாகும் நோபல் பரிசுக்கான உத்தேசப் பட்டியலில் கடந்த சில வருடங்களாக அதோனிஸ் தவறாமல் இடம்பிடித்து வருகிறார்.

ஒரு கோட்

என் வீட்டிலொரு கோட் இருக்கிறது
என் தகப்பனின் வாழ்வு தைத்த கோட்
துயரத்தின் நூல்களால் ஆனது அது...
நாளையின் நாளையாகவும்
அவரது போர்வையில் ஒரு
ஒடிந்த கிளையாகவும்
நீயிருப்பதை அந்த கோட் என்னிடம் சொல்கிறது

என் வீட்டிலொரு கோட் இருக்கிறது
கவனிப்பாரற்று, எங்கோ மூலையில் விசிறப்பட்டு
இந்தக் கூரையோடு
இந்த அம்மி, குழவியோடு என்னைப் பிணைக்கும் அந்த கோட்
அதன் கந்தல் துளைகளில்
என் தகப்பனின் அணைக்கும் கைகளை
கதறி ஏங்கும் அவரது இதயத்தை
தரிசிக்கிறேன்

என்னைப் போர்த்தி, என்னைக் காத்து
என் பாதைகளைப் பிரார்த்தனைகளால் நிறைத்து
என் தகப்பனின் புல்லாங்குழலை
என்னிடம் ஒப்படைக்கிறது அந்த கோட்

ஒரு வனத்தையும்
ஒரு பாடலையும்
எனக்குத் தருகிறது அந்த கோட்.

இரு கவிஞர்கள்

எதிரொலிக்கும் சத்தத்துக்குமிடையே
இரு கவிஞர்கள்
உடைந்த நிலாவைப் போல்
போகிறான் ஒருவன்
எரிமலையின் கைகளில்
இரவு முழுக்க தாலோலித்துத் தூங்கிய
மற்றவன்
ஒரு குழந்தையைப் போல்
அமைதி காக்கிறான்

இந்த யுகத்துக்கொரு கண்ணாடி

ஒரு குழந்தையின் முகத்தையணிந்த சவப்பெட்டி
ஒரு காக்கையின் குடலில் எழுதப்பட்ட புத்தகம்
ஒரு பூவை ஏந்தியபடி தள்ளாடி வரும் மிருகம்
ஒரு பைத்தியக்காரனின் நுரையீரலில் சுவாசிக்கும் கல்
இதுதான்
இது தான் இந்த யுகம்

ரகசியங்கள்

மரணம் தன் கைப்பிடிக்குள்
நம்மை இறுக்குகிறது
அக்கறையற்றும், மிருதுவாகவும்
ரகசியத்தின் ரகசியங்களாக
நம்மைச் சுமக்கிறது
பிறகு நம் பன்மைகளை
ஒருமையாய் திருப்பி விடுகிறது
நேசம்

அந்தச் சாலையும் அந்த வீடும் என்னை நேசிக்கின்றன

மரணித்தவர்களும், வாழ்பவர்களும் என்னை நேசிக்கிறார்கள்
தண்ணீரால் நேசிக்கப்படும்
என் வீட்டு சிவப்புக் களிமண் ஜாடியும்
என்னை நேசிக்கிறது

அண்டை வீடு என்னை நேசிக்கிறது
வயலும், கதிரடிப்பு களமும் நெருப்பும் கூட

உலகைவிட
பெரிய உழைக்கும் கைகள் என்னை நேசிக்கிறது
பதிலுக்கு எந்தப் பரிசும் பெறாமல்
வதங்கிய நெஞ்சிலிருந்து கிழித்து சிதறிக்கிடக்கும்
கந்தலோடு
கோதுமை கதிரும், காலமும் மூடி
ரத்தம் பீறிடும்
என் சகோதரன்

நன் வாழ்ந்தவரை அவன் இந்த
நேசத்தின் கடவுளாயிருந்தான்
இனி நானும் சென்றபிறகு
இந்த நேசம் என்னதான் செய்யும்...?

தெட் ஹியூஸ் [Ted Hughes (19301998)]

இயற்பெயர் எட்வர்ட் ஜேம்ஸ் ஹியூஸ். கவிஞர், மொழிபெயர்ப்பாளர் மற்றும் குழந்தை எழுத்தாளர். இங்கிலாந்தின் யார்க்ஷயரில் மூர்கள் அருகாமையில் வசிக்கும் சின்ன நகரமொன்றில் பிறந்தார். கேம்ப்ரிட்ஜ் பல்கலையில் தொல்லியலிலும் மானுடவியலிலும் பட்டம் பெற்றார். அமெரிக்கக் கவிஞரான சில்வியா பிளாத்தை காதலித்துத் திருமணம் செய்து கொண்டார். விலங்குகள், இயற்கைசார் படிமங்களைக் கவிதைகளில் ஊடாட அனுமதித்தவர். இன்மை மற்றும் அபத்தக் கவிதைகளின் முன்னோடிகளில் ஒருவர். *The Hawk in the Rain Crow: From the Life and Songs of the Crow, How the Whale Became, The Earth-Owl & Other Moon-People and Nessie the Mannerless Monster* ஆகியவை இவரது முக்கியமான தொகுப்புகளாகும். இளம் பிரித்தானியக் கவிஞர்களை ஊக்குவிக்கும் விதமாக *Ted Hughes Award* எனும் விருது 2009 முதல் வழங்கப்பட்டு வருகிறது.

பனித்துளி

அந்தச் சுண்டெலியின் மழுங்கிய சில்லிட்ட இதயத்தைச் சுற்றி
இப்போது இந்தப் பிரபஞ்சம் இறுகிச் சுருங்கியிருக்கிறது.
அந்த மரநாயும் காக்கையும், பித்தளையில் வார்த்ததுபோல்,
சித்தம் கலங்கி நகர்கின்றன
மற்ற மரணங்களோடு.
அவளும் தன் முடிவை துரத்தியபடி
இந்த மாதத்தின் குரூரமான நட்சத்திரங்களைப்போல்
அவளின் வெளிறிய தலை கனக்கிறது ஓர் உலோகத்தைப்போல்.

அகோரி காக்கைகளின் அரசன்

மண்டையோடுகளாலானது அவனது அரண்மனை

வாழ்வின் ஏனத்தில் மிஞ்சிய சில்லுகள்
அவனது கிரீடம்

எலும்புகளாலான தூக்குமரம் அவனது சிம்மாசனம்
வதைக்கருவியும் பாடையுமே தூக்கிலிடும் பொருட்கள்

கடைசி ரத்தத்தின் கருப்பு அவனது அங்கி

அவனது ராஜ்ஜியம் ஒரு வெற்றிடம் –

அந்த வெற்றுலகிலிருந்து வளைகுடாவின்
குருட்டு, ஊமை, செவிட்டுத்தனத்திற்குள்
அவநம்பிக்கையோடு பெரும் சிறகடித்து மூழ்குகிறது
கடைசி அழுகை

பிறகு திரும்புகிறது சுருங்கி, சத்தமின்றி

நிசப்தத்தை ஆள

தந்திக் கம்பிகள்

தனியனான ஒரு மூரையும்
சில தந்திக்கம்பிகளையும் கையில் எடுங்கள்
இரண்டையும் ஒன்று சேருங்கள்
உங்கள் காதில் அவை உயிர்ப்போடு ஒலிப்பதைக் கேட்பீர்கள்
புதர்களூடே நகரம் நகரத்தோடு கிசுகிசுக்கிறது
கம்பிகளுக்கோ மோசமான வானிலையிலிருந்து தப்பிக்க
முடியாது

விநோதமாக, மதுரமாகச் செய்யப்பட்டு
பிரிக்கப்பட்டு அது இசைக்கப்படுகிறது

பூமிக்கு அந்நியமான காற்று
காதுகள் கேட்கின்றன, உதிர்கின்றன

வெளியின் சுழல் ஆட்டக்களத்தில்
மூரின் முன் குனிகிறது ஒரு பிரகாச முகம்

தந்திக்கம்பிகளின் நாதம் பீறிடுகிறது
அது எலும்புகளைக் காலி செய்கிறது

ஒரு பன்றிக் காட்சி

அந்த மேட்டில் பன்றி செத்துக்கிடக்கிறது
மூன்று ஆள் கனமிருக்கலாம், சொன்னார்கள்
கண்கள் மூடி இளஞ்சிவப்பு இமைகளோடு
பாதங்கள் வெளித்தள்ளி
இத்தனை எடையுள்ள இளஞ்சிவப்புக் குவியல்
மரணிக்காதது போலே தோற்றம் கொள்கிறது
உயிரற்றிருப்பது போலில்லை
வேறு ஏதோ
அதுவொரு கோதுமை மூட்டை போல் தோற்றம் கொள்கிறது
பச்சாதாபமின்றி அதை உதைத்தேன்
கல்லறைத் தோட்டங்களில் கூட மரித்தவரை அவமதித்தால்
குற்றவுணர்வு தோன்றுமல்லவா
இந்தப் பன்றி அப்படி ஏதும் குற்றஞ்சாட்டவில்லை
அது ரொம்பவும் மரித்திருந்தது
பல இராத்தல் கறியாக, கறிக்கூடமாக
அதன் கொஞ்சநஞ்ச மதிப்பும் மிச்சமின்றி
நகைப்புக்குரிய அதன் உடல்
இப்போது ரொம்பவும் மரித்துப் பரிதாபத்துக்குரியதாய்
அதன் வாழ்வை இரைச்சலை சுற்றத்தை
சுகித்த லௌகீக இன்பங்களை ஓர்மிக்க இயலாமல்
அது அநாவசிய முயற்சிதான் உண்மை கடுமையானது
அதன் எடை என்னை அழுத்துகிறது எப்படித் தூக்கிப் போக
எப்படி வெட்ட
அதன் குரல்வளை காயமோ
இரக்கம் ஏற்படுத்தவில்லை அதிர்வூட்டுகிறது
ஒருமுறை திருவிழா ஒன்றில்
கொழுப்புத் தடவிய பன்றிகுட்டியைப் பிடிக்க ஓடினேன்
பூனையை விட வேகம், லாவகம்
அதன் கீச்சொலி ஏதோ உலோகத்தை ஒத்திருந்தது
பன்றிகளுக்கோ சூடான ரத்தம்
கணப்புகளைப் போல் அவற்றால் உணர முடியும்
குதிரைக்கடியை விட மோசமானது பன்றிக்கடி
அரை இராத்தல் சதையைக் காணாது
சாம்பலையும் செத்த பூனைகளையும் தின்று திரியும்

பெருமைகளும் சிறப்புகளும் வெகு சீக்கிரமே முடிந்துவிடும்
இதோ இதைப் போல
வெகுநேரம் அதையே வெறித்துப் பார்க்கிறேன்
அதை கொதிக்கும் நீரில் கழுவப் போகிறார்கள்
கழுவித் தேய்த்து, தேய்த்துக் கழுவி
பளபளப்பாக்கப் போகிறார்கள்
கதவுகளைப் போல

மஸ்ஸிமோ கெஸ்ஸி [Massimo Gezzi (1976)]

இத்தாலியின் சான் எல்பிடியோவில் பிறந்தவர். *Nuovi Argomenti, Poesia* போன்ற பத்திரிகைககளுக்கும் *il manifesto* நாளிதழுக்கும் எழுத்துப் பங்களிப்பைத் தொடர்ந்து செய்து வருபவர். இதுவரைக்கும் இரண்டு கவிதைத் தொகுப்புகள் வெளியாகியுள்ளன. இவரது கவிதைகள் ஆங்கிலம், ஸ்பானிஷ், பிரெஞ்சு மற்றும் ஜெர்மன் ஆகிய மொழிகளில் மொழிபெயர்க்கப்பட்டுள்ளன. ஸ்விட்சர்லாந்தின் பெர்ன் பல்கலையில் தற்போது பணியாற்றி வருகிறார். 2009இல் வெளியான இவரது இரண்டாவது தொகுப்புக்கு இத்தாலியின் பிரசித்தி பெற்ற *Metauro Prize* வழங்கப்பட்டது.

செங்கல்கள்

உங்களுக்கு ஒரு செங்கல் வேண்டுமென்றால்
நீங்கள் ஒரு செங்கலைப் பெற வேண்டும்,
சுவரை சரி செய்யவோ
அல்லது தரையின் ஓட்டையை அடைக்கவோ

செங்கல்:
மூன்று பரிமாணத்தில் வாழும் ஓர் திட ஜந்து,
எடை கூடியது, சொரசொரப்பாக அல்லது துளைகள்
கொண்டதாகத் தன்னை உணரக்கூடியது
குவியலாக வாழ அனுமதிக்கப்பட்டால்
அட்டைப்பூச்சிகளுக்கோ சிலந்திகளுக்கோ சிறு
வண்டுகளுக்கோ கூடாகவும் மாறக்கூடியது

உயிரோடிருக்கும் ஒரு செங்கலின் இருப்பு, சுத்தியலொன்றால்
உடைபடுகையில்
ஒரே ஒருமுறை டக் என ஒலிக்கும்
அழகிய ஒலி
சுத்தமான செங்கல் ஒலி
சுருக்கமான ஓங்கிய ஒலி

ஒன்றின் மேல் ஒன்றாக அற்புதமாக ஓய்வெடுக்கும் ஒரு
செங்கல்
அதைப் போலி செய்யும் வார்த்தைகளை விடவும் அதிசிறந்தது

இந்த கவிதைகளைக் கொண்டு நான் செங்கல்களையே
உருவாக்க முனைகிறேன்

இடித் பிரக் [Edith Bruck (1931)]

எழுத்தாளரும் இயக்குநருமான இடித் பிரக் 1931இல் ஹங்கேரியில் உக்ரேனிய எல்லைக்கு அருகேயுள்ள திசாபெர்சல்லில் பிறந்தவர். என்றாலும் வெகு காலமாக இத்தாலியில் வசித்து வருவதோடு அவர் எழுதுவதும் இத்தாலிய மொழியில்தான். தனது நண்பரான பிரைமோ லெவி போலவே ஆஸ்விட்ச் வதைமுகாமிலிருந்து உயிர் பிழைத்தவர். இவரது சுயசரிதையான *Chi ti ama cosi* 1959இல் வெளியானது. பத்துக்கும் மேற்பட்ட நாவல்களும் சிறுகதைத் தொகைகளும் தந்தவர். *Letter to my mother* எனும் நாவல் ராப்பெல்லோ விருதை 1989இல் இவருக்குப் பெற்றுத் தந்தது. *Tatuaggio, Monologo* இவரது கவிதைத் தொகுதிகள்.

குறியீடு

"அவள் கவனிப்பாரின்றி இறந்துபோனாள்"
என்னுடைய கல்லறை வாசகம் இதுவாக இருக்கலாம்
அது எங்கு நிகழ்வதாயிருந்தாலும், ஒருவர் பிறந்து வாழ்ந்த
இடத்தில்தான்
மரிப்பார் என்பதற்கு உத்தரவாதமில்லை
எந்த இடத்திலும் இருக்கலாம்
அந்த உறுதியற்ற கணத்தில்
நல்ல நாடென்றோ கெட்ட நாடென்றோ ஏதுமில்லை

ஒரு குறியீடாக நானொரு சிறிய நட்சத்திரமாக விரும்புகிறேன்
ஆறுகோணங்களோடு, என் நைந்துபோன சிறுவயது கோட்டின்
மீது
மினுமினுத்த அழகிய நட்சத்திரமாக
திடமானதொரு கல்லில் அதைச் செதுக்குங்கள்
என் தோலில், தசையில், உள்ளில் - அவர்கள் செதுக்கியது
போன்று

மற்றுமொரு பிறவி இருந்தால்
நானொரு மஞ்சள் நட்சத்திரமாவேன்
உங்களுக்கு ஒரு முறை ஆஸ்விட்சை
நினைவூட்ட

தற்செயலாகப் பிறத்தல்

தற்செயலாகப் பிறத்தல்
பெண்ணாகப் பிறத்தல்
ஏழையாகப் பிறத்தல்
யூதராகப் பிறத்தல்
ஒற்றை வாழ்க்கைக்கு உண்மையாகவே
இது மிக அதிகம்

இருக்கலாம்

மொத்தமாக இந்த வாழ்வில்
நான் தேடிக்கொண்டிருக்கும்
ஆண்களில்
ஒருவர் மட்டுமே உண்டென்றால் அது
காணாமல் போன அப்பா

வாழ்வு

காற்றைக் கண்டு என்ன ஊளை
எவற்றைக் கண்டும் என்ன பீதி
சிறு சமாதானத்திற்கு
சிறு அங்குல அந்நிய மண்ணிற்கு
பயங்கரமும்
காதலும், போர்களும் நிறைந்த
இதென்ன வாழ்க்கை

Hi
...Beep

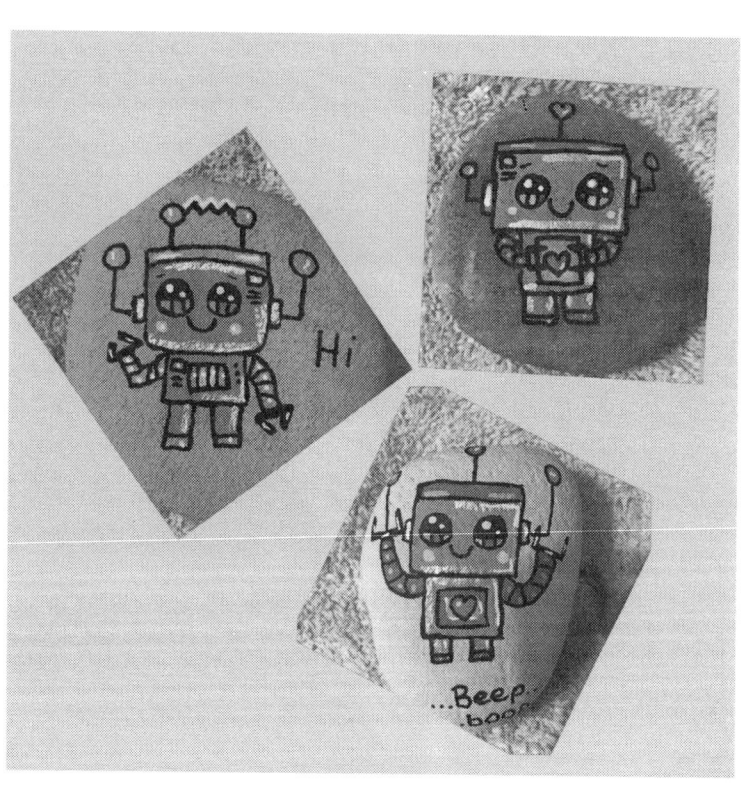

கெல்லிஸ் கார்சியா லொரென்சோ [Gelsys Garcia Lorenzo (1988)]

மாட்ரிட் பல்கலையில் ஸ்பானிய மொழியியலில் முனைவர் பட்டம் பெற்றவர். *No te afeitarás en vano (Hypermedia Ediciones, 2016)* மற்றும் *La Revolución y sus perros (Leiden, 2016)* ஆகிய கவிதைத் தொகுதிகளும் ஒரு விவிலிய புனைவுநாடகத் தொகுதியையும் வெளியிட்டிருக்கிறார்.

சர்வாதிகாரி

சர்வாதிகாரி ஒரு பத்தொன்பதாம் நூற்றாண்டுக் கண்டுபிடிப்பு
அழகிய கண்டுபிடிப்பு
பிரம்மாண்டமானது
கவர்ச்சியானது
ஆனால் ஒன்றுக்கும் பிரயோஜனமில்லாதது
அது சந்தைவிதிகளுக்குப் புறம்பான கண்டுபிடிப்பு
அதிசயங்களின் காட்சியகத்தில் புகழ்ந்து களிக்க
ஆர்வங்களின் கண்காட்சியில் சில நொடிகள் பார்த்து களிக்க
பிறகு கைவிடப்பட்டு
என்றென்றைக்குமாய் மறக்கப்பட
ஒட்டுமொத்தத்தில்
சர்வாதிகாரி
ஒரு காற்றுக் கடிகை
அல்லது
ஒரு நீராவியாலான பியானோ

நிறுத்தி விடாதீர்

ஏகாதிபத்தியம் ஒரு பிசின் உதிர்க்கும் எந்திரம்
இறுதியாக மூன்று இழுப்புப் புகை முடிந்தபின் நசுக்கப்படும்
சிகரெட்
72 சிறிய பிளாஸ்டிக் நட்சத்திரங்கள்
மனப்பிறழ்வு
பாண்டியாட்டம் விளையாடுவதற்கான நீல சிவப்புக் கோடுகள்
பிரம்புக்குப் பதில் துப்பாக்கிகளை ஊன்றித்
தெருவைக் கடக்கும் சிறிய மூதாட்டிகள்
ஏகாதிபத்தியம் ஓர் அர்த்தம்-உற்பத்தி செய்யும் எந்திரம்
அதை நிறுத்தவே முடியாது.

மூன்று யந்திர மனிதர்கள்

பதினெட்டாம் நூற்றாண்டில் அனைவரும் கொண்டாடிய மூன்று இயந்திர மனிதர்கள் இன்று பார்க்கையில் நமக்கு வெறும் கச்சாப்பொருட்களாகத் தெரிகின்றன, அவற்றின் சூட்சுமங்கள் எளிதானவை. இருந்தும் இப்போதும் மாறுபாடில்லாத சூழல்களில் பேசும்படி அவை வடிவமைக்கப்பட்டிருக்கின்றன. எழுதும் செயலோ பழையதாகாதபடிக்குச் சாசுவதப்படுத்தப் பட்டிருக்கிறது. நித்தியத்தோடு தொடர்ந்து எழுதுவோம் என்பதில் யாருக்கும் சந்தேகமில்லை, எந்தத் தளத்தில் எந்த எழுத்துருவில் எழுதுகிறோம் அல்லது எந்தக் குறியீட்டைப் பயன்படுத்துகிறோமென்பது முக்கியமல்ல. சாராம்சத்தில், எழுதுவதென்பது ஒரே சீராயிருக்கும். பிறகு ஓவியம் வரைதல் என்கிற ஒன்றும் உள்ளது தொலைநோக்கோடு, காட்சிப் புலனின் பதங்கமாதல். ஆழத்தில் உள்ளதை நாம் தொடர்ந்து தேட வேண்டும் என்பதற்கான உறுதிமொழி. பிறகு இறுதியாக, கூட்டத்தின் நடுவேயிருக்கும் பெண்ணுருவம், பெரும்பாலான பொதுமைவாதிகள் இதை உறுதியாகச் சொல்கிறார்கள், அவள் பியானோவை இசைக்கிறாள், அல்லது இன்னும் குறிப்பிட்டுச் சொன்னால், ஓர் ஆர்கனை. உண்மையில், அவளொரு யாழிசைக்கலைஞர். இப்போது நம்மில் மிகச் சிலருக்கு மட்டுமே தெரிந்ததொரு கருவியை வாசிக்கும் கலைஞர். ஒவ்வொரு முறை அந்த இசைக்குறிப்புகளைக் கேட்கும்போதும் மீண்டும் மீண்டும் இந்தவுலகை மறுவரையறை செய்ய நம்மைத் தூண்டும் அதே உருவம்.

யாங் ஸி [Yang zi (1963)]

சமகாலப் பிரபல சீனக் கவிஞர். இவரது ஆக்கங்கள் *Border Fast Train (1994), Gray Eyes (2000), Rougue (2007). Big Bird, Nanfang People Weekly* பத்திரிகை ஆசிரியர்குழுவில் இயங்குகிறார். கவிதை மொழிபெயர்ப்பாளராகவும் அறியப்படும் இவர் ஓசிப் மண்டல்ஸ்டாம், பால் செலன், பெர்னாண்டோ பெஸோஸா, கேரி ஸ்னைடர், சார்ல்ஸ் சிமிக் போன்றோரை சீன வாசகர்களுக்கு அறிமுகம் செய்திருக்கிறார்.

மிதப்பான்

அவர் மையைப் பருகினார்,
கந்தலாடையை விழுங்கினார்,
சகதியை முகமெங்கும் பூசிக்கொண்டார்
குளிர்காக்கும் சிறந்த மேலாடையை துண்டு துண்டாக வெட்டி
எறிந்தார்

தனது உடல் ஏற்கனவே பால்கனியில் இருந்து குதித்ததை
ஆனால் விழாமல் மிதப்பதை
ஏற்கனவே உணர்ந்திருந்தார்...
இந்த வாழ்வு, இந்த முறை,
உணர்வுகளின் பாசிகளில்
ஆசைகளின் குட்டையில் பொதியப்பட்டு
மிதக்கிறது...

மை

அவர் ஒரு முழு பாட்டில் மையைக் குடித்தார்,
அவர் விஷத்தைத் தீண்ட விரும்பினார்.
அவர் ஒரு முழு பாட்டில் மையைக் குடித்தார்,
அவரை விஷம் தீண்டவில்லை.
அவர் ஏற்கெனவே விஷத்தன்மையோடிருந்தார்
அவர் ஏற்கெனவே நிறைவேறாத ஆசைகளால் அழிந்திருந்தார்,
இராணுவ உறுப்பினராக தியாகம் செய்தவராக

ஸியா யு [Hsia Yü (1956)]

ஸியா யு என்ற புனைபெயரில் எழுதும் தைவானைச் சேர்ந்த இவர் பாடலாசிரியராகத் தொடங்கி எழுத்தாளராக, கவிஞராகத் தொடர்பவர். *Bei Wang Lu (1984), Ventriloquy (1991), Salsa (1999), Pink Noise (2007), This Zebra That Zebra (2010), Poetry Sixty (2011)* இவரது ஆக்கங்கள். இயற்பெயர் Katie Lee. இவருடைய கவிதைகள் ஆண்/பெண் உறவுச்சிக்கல்களையும் காதலின் மகத்துவத்தையும் பேசுபவை. தன்னுடைய நூல்களைத் தானே வடிவமைக்க வேண்டுமென்பதில் உறுதியாக இருக்கக்கூடிய இவர் தற்போது பிரான்சில் வசிக்கிறார்.

இப்போது இந்தப் பொருட்கள் அவையாகவே நகரும்

எப்போதும் இந்தமுறை இது ஒத்துவராது என்று
நினைக்கையில்
எப்போதும் இது உண்மையல்ல என்று உணர்கையில்
பட்டுத்துணி காற்றில் கிழிபடும் சத்தம் காற்றில் ஒலிக்கும்
நீங்கள் உங்களால் முடிந்தவரை வேகமாக
உள்ளே ஓடி ஒளிந்து கொள்கிறீர்கள்
ஒரு சின்ன விரிசல் வழியாக எட்டிப்பார்த்து
மெல்ல "அடுத்த முறை, சரியாகிவிடும்" என்கிறீர்கள்

எல்லாம் மறுபடியும் நடக்கத் தொடங்கையில் நீங்கள்
பிரக்ஞையடைகிறீர்கள்
வெளியே என்ன நடக்கிறது என்பதிலிருந்து
உங்கள் உள்ளுணர்வு நடப்பவற்றை உள்வாங்குகிறது
ஆனால் அதற்காக அன்றோ மற்றொரு நாளோ:
உங்களால் இப்படிச் சொல்ல முடியும்
"அதாவது உண்மையாக"
அல்லது
"ஒருமுறை..."

ஒவ்வொரு முறையும் நீங்கள் நேர்மையாக நம்புகிறீர்கள்:
"அடுத்த முறை இந்த முறையை விட எல்லாம் சிறப்பாகக்
கைகூடும்"
கறாராக
அடுத்த முறைக்கு அடுத்த முறை

அடுத்த முறைக்குத் தயாராகி வெளியே வருகையில்
நீங்கள் கத்துவீர்கள்:
"இது ஒத்துவரவில்லை!"
இந்தப் பொருட்களைத் தாங்களாகவே நகர்வதற்கு நீங்கள்
உத்தேசிக்கையில்
நீங்கள் உண்மையில் சறுக்கத் தொடங்குகிறீர்கள்
உறுதியாக அவை நடைபெற்றுவிடுகிறது

அப்போது நாம் பார்ப்பது
தானாக நம்மை நோக்கி நகரும் ஒரு நாற்காலி
"இப்போதும் இது ஒத்துவரவில்லை."
எப்போதையும்விட இன்னும் சோர்வுடன் சொல்கிறீர்கள்:
"அதுவும் சரியில்லை இதுவும் சரியில்லை."

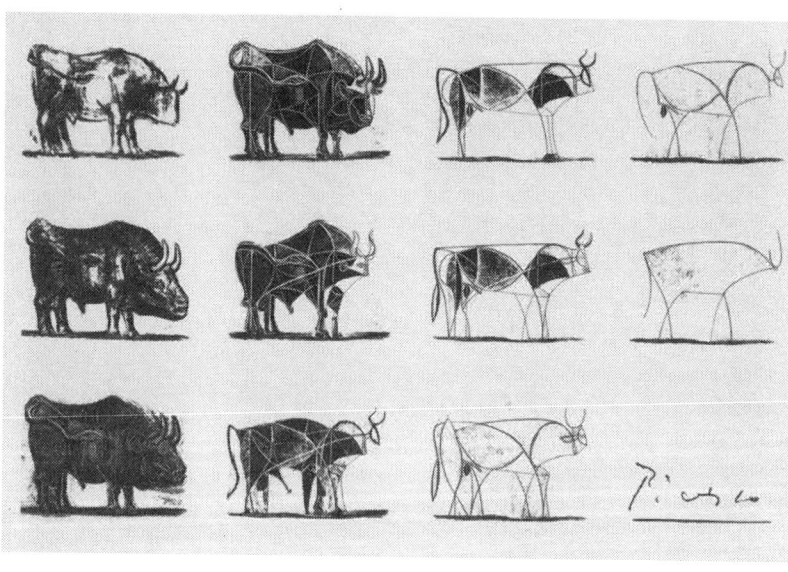

ஜாங்கெங் யாங் [Ouyang Jianghe (1956)]

சீனாவைச் சேர்ந்த புகழ்பெற்ற கவிஞர், விமர்சகர். சிச்சுவான் கவிதைகளின் ஐந்து பிதாமகர்களில் ஒருவர். பத்துக்கும் மேற்பட்ட கவிதைத் தொகுப்புகள் சீனாவில் வெளியாகியுள்ளன. *Doubled Shadows (2012)* ஆங்கிலத்தில் வெளியான இவரது இவரது முதல் தொகுப்பு. இசை, ஓவிய, இலக்கிய விமர்சகர். *Jintian* எனும் இலக்கிய இதழின் தலைமைப் பொறுப்பு வகிக்கிறார். 80-களுக்குப் பிறகான சீனாவின் நவீன கவிதைகளின் முன்னோடிகளில் ஒருவராக ஜாங்கெங் யாங் மதிக்கப்படுகிறார். *Chinese Literature Media Award in Poetry, Xu Zhimo Poetry Prize* போன்ற விருதுகள் இவருக்கு வழங்கப்பட்டுள்ளன.

உரையாடல்

உங்கள் வரவேற்பறையின் அமைதியில் நாம் ஒரு மணி நேரம்
பேசினோம்.
பரந்த முகப்புகள், ஊடுருவும் ஒளி
எப்போதும் இதுபோன்ற நேரங்களில், நான் திரும்பிப்
பார்ப்பேன்,
ஓர் அழகிய பளபளக்கும் முகம் மின்னி மறையும்
சூரிய அஸ்தமனத்தில் பிரதிபலித்த குளிர்காலத்தின்
ஒரு மணி நேரம்
நாம் விடைபெறுகிறோம்.
வெளியே, இருட்டிக்கொண்டு வருகிறது. உங்கள் வீட்டிலும்
எல்லா வீடுகளிலும் விளக்குகள் எரியத் தொடங்கிவிட்டன.
அந்த முகத்தைப் பார்த்ததில்
அத்தனை வலி,
அத்தனை மகிழ்ச்சி
இதற்கு முன்னும் பல முகங்கள்,
ஒவ்வொன்றும் ஒவ்வொரு வகையான
அவற்றுக்கேயுரிய பொருத்தமின்மையுடன் கூடிய
குறுகலான முகங்கள்
ஒரு மணி நேரம் போதுமானதாயிருந்தது: வரவேற்பறை
சமையலறைக்கு வழிநடத்துகிறது, ஒரு சிறிய குளிர்ந்த கை
பல ஆண்டுகளுக்கு முந்தைய உணவுக்காகத் தட்டுகளைப்
பரப்புகிறது
உங்கள் வெள்ளி மேஜைப் பாத்திரங்களைத்
தொடுவதற்கு நான் கையை நீட்டினேன்.

பொன்னான நேரம் குளிர் நேரம்
முகம் மின்னி மறைந்தது.
எப்போதும் இதுபோன்ற நேரங்களில் நான் திரும்பிப்
பார்க்கிறேன்-
அறை பிரகாசமாக இருக்கிறது. ஒரு அழகிய முகமென்பது
ஒளி வெளிப்படுத்தக்கூடிய ஒரு விஷயம் அல்ல.
நிழலில் ஆழ மறைக்கப்பட்ட முகம், நிசப்தமான உரையாடல்
ஒரு மணி நேரம்—

பத்து ஆண்டுகளுக்கு முன்பு, இரவு முழுவதும் நாம் இதுபோல்
பேசியிருப்போமா?

கண்ணீரைப் போலத் தடுத்து நிறுத்தப்பட்ட
ஒரு மணி நேரத்தின் மென்மை.
நான் விட்டுச்சென்ற ஆண்டுகள் இந்த ஒரு மணிநேரத்தை விட வேகமாகத்
திரும்பி வரும்
மறைந்து போதலென்பது மகிழ்ச்சி
மின்னும் முகங்களே போய்விடுங்கள்.
எப்போதும் இதுபோன்ற நேரங்களில், இருள் கவிழ்கிறது.
ஒரு குழந்தையின் உதடு துடிக்கிறது
யாரோ கதவைத் தட்டுகிறார்கள்.

ஞாயிற்றுக்கிழமைக்கான சாவி

ஞாயிற்றுக்கிழமை காலை வெளிச்சத்தில் ஒரு சாவி
பளபளக்கிறது.
வீடு திரும்பும் பயணி இருட்டில் பூட்டப்பட்டுள்ளான்
சாவித்துவாரத்தில் உலோக அரத்தைத் தேய்ப்பதை விடவும்
கதவு தட்டல் மென்மையாக இருக்கிறது
கனவில் கண்ட முகவரி மட்டுமே நம்பகமானது.

நான் ஒரு அமைதியான தெருவில் பைக்கில் செல்லும்போது
அனைத்து ஹெட்லைட்களும் ஒரே நேரத்தில்
அணைந்துபோகின்றன
மேலே இரவு வானத்தில், ஒரு கை பிரேக்கைப் பிடிக்கிறது.
நான் ஒரு கிளிங் ஒலியைக் கேட்கிறேன்.
ஒரு சாவி தரையில் விழுந்துள்ளது.

சாவிக்கொத்தொன்றைக் காண்கிறேன், கடந்துபோன
ஆண்டுகளின் சாவிகள்
ஒளிரும் அவற்றைப் பொறுக்கி எடுக்கிறேன்.
ஆனால் அவற்றுக்குப் பின்னால் மறைந்திருக்கும் கைகள்
எங்கே?
சனிக்கிழமையில் முடிவடையும் மூடிய நாட்களின் வரிசை
ஆனால் எதைத் திறக்க வேண்டும் எனக்குத் தெரியவில்லை.

இன்று ஞாயிற்றுக்கிழமை. தெருவில் உள்ள அனைத்துக்
கதவுகளும் திறந்த நிலையில்.
நான் சாவிகளைத் தூக்கி எறிகிறேன்.
தட்ட வேண்டிய அவசியமில்லை. நேராக நடந்து போகலாம்.
அத்தனை நெரிசலான உலகம்,
வீட்டிலோ யாரும் இல்லை.

பிக்காஸோ ஓர் எருதை வரைகிறார்

வரும் இரண்டு வாரங்களில் பிக்காஸோ ஓர் எருதை வரைவார்.
விசித்திரமான யதார்த்தத்தால் பீடிக்கப்பட்ட உடலைக்
கொண்ட எருது;
பிக்காஸோ எத்தனை மிகுதியாக வரைந்தாலும்
அது குறைவாகவே பதிவாகிறது
"குறைவு என்பது" – அந்தக் கலைஞர் கேட்கிறார் -
"மிகுதியாகுமா?"
"இதோ" பிக்காஸோ பதிலளிக்கிறார்.
ஓவியரின் மிகுதியைக் காண விமர்சகர் காத்திருக்கிறார்.

ஆனால் பிக்காஸோவின் எருது இன்னும் சிறுத்துவிடுகிறது
முதலில் குளம்புகள் பின்னர் கொம்புகள்,
பிறகு தோலும் கூட விழித்திரையின் அளவுக்குக்
குறைந்துபோகிறது
வெற்றிடங்களுக்கிடையே உள்ள இணைப்புகளை
வெளிப்படுத்துவதாக.
"மிகுதியாக மாறுமுன்பு இன்னும் எவ்வளவு சிறியதாக அது
மாற வேண்டும்?"
"அது நீங்கள் மிகுதிக்குத் தரும் பெயரைப் பொறுத்தது."

விமர்சகர் குழப்பமடைகிறார். "ஒருவேளை இந்தப் பணியில்
நீங்கள்
அந்த உடலின் மீது தார்மீக வன்முறையைச் செலுத்தி,
உங்கள் மத்திய தரைக்கடல் காற்றால் அதன் ஒவ்வொரு
சதைத்துண்டையும் வெட்டுகிறீர்களோ?"

"காற்றைக் குறை கூறாதீர் - வரும் வழியில் உள்ள அந்தக்
கசாப்புக் கடையைப் பாருங்கள். ஒவ்வொரு நாளும் அவனது
இறைச்சியின் சில டஜன் ராத்தல்களுடன் வீட்டிற்கு நடந்து
செல்லும் அழகான இளம் பெண்களை நான் பார்க்கிறேன்"

"யாருடைய இறைச்சி? உங்கள் கித்தானிலுள்ள எருதின்
இறைச்சியா?"

"அது இப்போது நீங்கள் எந்தக் கத்தியைப்
பயன்படுத்துகிறீர்கள் என்பதைப் பொறுத்தது."

“இது அழகியலின் விழுமியங்களுக்கும் வாழ்க்கையின் விழுமியங்களுக்கும் இடையிலான போட்டியா?”

“எல்லாம் வெட்டப்பட்டுவிட்டது, அதற்குள் என்ன ஆற்றல் இருக்கும்?”

“என்ன மிச்சமிருக்கிறது? ஏதாவது இருக்கிறதா?”

“இல்லை, எந்த ஆன்மாவும் இல்லை. கழிவுகளைப் புகழுங்கள்.”

“உங்கள் எருது இந்த உலகத்திலிருந்து எதையேனும் கழிக்கும் எத்தனமா?”
“ஏன் கூட்டும் எத்தனமாக இருக்ககூடாதா? கசாப்புக்காரன் இப்போதே அவனது பணத்தை எண்ணிக்கொண்டிருக்கிறான் என்று நினைக்கிறேன்”

உச்சமாக மறுநாள் கசாப்புக் கடைக்காரனின் மனைவி பிக்காஸோவின் எருதை வாங்குவதற்காகத் தனது வாழ்நாள் சேமிப்புடன் வருகிறாள்.

ஆனால் அவள் அங்கு எருதுக்குப் பதில் பார்ப்பதெல்லாம் ஓரிரு கோடுகள் மட்டுமே.

“எங்கே எருது?” அவள் உச்சஸ்தாயியில் கத்துகிறாள்.

அகிகோ யோசானோ [Akiko Yosano (1878 – 1942)]

கவிஞர், பெண்ணியவாதி, ஜப்பானிய நவீன இலக்கியத்தின் மிக முக்கியமான கவிஞர்களில் ஒருவர். 1901ஆம் ஆண்டில் முதல் கவிதைப் புத்தகமான *Midare Gami* வெளியானபோது, பெரும்பாலும் அகத்தைக் கையாளும் பாரம்பரிய டாங்கா *(Tanka)* வடிவத்தோடு புறத்தைச் சேர்த்ததன் மூலம் சர்ச்சையைச் சந்தித்தது. இந்தக் கவிதைகளில் காதல் என்பது ஒரு உணர்ச்சி மட்டுமல்ல, உடல் ரீதியாக அனுபவிக்க வேண்டிய ஒன்று என்பது உள்ளீடாக இருந்தது. இந்தக் கவிதைகளின் ஆதார உணர்வு; பாலியல் படிமங்கள், பழமைவாத ஆணாதிக்கம் செலுத்தும் மீஜி கவிதை விமர்சகர்களிடையே அமைதியின்மையை ஏற்படுத்தின. அந்தக் காலகட்டத்தில் வழக்கத்திற்கு மாறான பெண்ணாக அவர் வாழ்ந்தார்: திருமணமான ஓர் ஆணுடனான உறவில், பதிமூன்று குழந்தைகளைப் பெற்றார். முற்போக்கான பள்ளியைத் தொடங்கிப் பெண் சுதந்திரத்தை ஆதரிப்பவராக இருந்தார். 30,000க்கும் மேற்பட்ட கவிதைகளையும் பதினொரு உரைநடை புத்தகங்களையும் தந்துள்ளார்.

பிரசவம் பற்றி ஒரு கட்டுரை

1.

காரில் ஏறும்போது,
நான் மீண்டும் உயிரோடு வருவேனா
என்பது எனக்குத் தெரியாது
மருத்துவமனை வாயில்
கொலைக்களம் போலத் தோன்றுகிறது.

2.

வலியால் துடித்து
உன்மத்தம் பிடித்த டிராகனாக உருமாறுகிறேன்
வேதனையில் கதறி
வலியிலறும் பன்றியாகிறேன்.
வேறு எப்படி இதைத் தாங்க முடியும்?

3.

ஒரு சிசுவாக
சொந்தத் தாயை
உள்ளிருந்து வெளியே கிழித்துக் குதறிப்போட்டு
இரக்கமோ அக்கறையோ இல்லாமல்
காலம்
அலட்சியமாகப் பார்க்கிறது

4.

ஆரோக்கியமான குழந்தைகள் அழுகின்றன
மற்றவை அழுவதில்லை.
என் மனசாட்சி முறிகிறது,
உள்ளிருக்கும் ஒவ்வொரு எலும்பும்
துண்டுகளாக உடைகிறது.

5.

எனக்குள் இருக்கும் குழந்தை
என் கருப்பையில் கண்ணீர் விட்டும் கடித்தும்
ஒவ்வொரு முறையும் சொல்ல வார்த்தையற்று
அதன் கைகளைச் சுற்றிலும் வீசுகிறது,
இந்தக் கருக்கும் வலி
பிசாசுகளைக்கூட மௌனமாக்கும்

6.

முன்பு என் கருப்பையின் உள்ளே
பலவீனமான குழந்தையொன்று இறந்தது
அதற்கு மூச்சுவிட ஒரு வாய்ப்புக் கிடைத்தது.
அது அதன் தாயான எனக்கு எதிராகப் போராடியது,.
அது அதன் சகோதரியான அவளுக்கு எதிராகப் போராடியது,.

7.

தன் சுவாசிக்காத குழந்தைக்கு அடுத்து
பாதி இறந்த தாய் ஒருத்தி
கிடப்பதைப் பார்ப்பது பெரும் சோகம்
ஒளிகுறைந்த பிரசவ அறையில்
அது ஒரு துண்டு தரிசு நிலம்

8.

நான் வாழ அதன் சொந்த உயிரை
எனக்காகப் பணயம் வைத்த குழந்தை
ஏதோ வெறும் பீங்கான் கிண்ணம் என்பதுபோல
ஒரு மரப்பெட்டியின் உள்ளே வைக்கப்பட்டிருந்தது.

9.

சித்தபிரமையூட்டும் உச்ச வலியில்
கனவுக்கு நனவுக்குமான இடைவெளியின் வாசலில்
இறந்து பிறந்த குழந்தையின் வரவை, நான் கேட்டேன்
ஒரு வெறுமையைப் பெற்றெடுத்ததை நான் கேட்டேன்

10.

நான் உங்களைச் சபிக்கிறேன்
உங்களைச் சபிக்கிறேன்.
நீங்கள், ஆண்கள்.
எதையும் பெற்றெடுக்க வேண்டியதில்லை
எங்களைப் போல
உங்களுக்கு ஆபத்து இல்லை
எவ்வளவு சுதந்திரம் உங்களுக்கு இருக்கிறது பாருங்கள்.
நான் உங்களைச் சபிக்கிறேன்

ஷூஸோ தகிகுச்சி [Shuzo Takiguchi (1903-1979)]

கவிஞர், ஓவியர், கலை விமர்சகர், ஜப்பானின் மிக முக்கியமான சர்ரியலிஸ்டுகளில் ஒருவர். ஆண்ட்ரே பிரெட்டன், மேக்ஸ் எர்ன்ஸ்ட், பிற ஐரோப்பிய சர்ரியலிஸ்டுகளின் படைப்புகளை மொழிபெயர்த்தும் விமர்சித்தும் ஜப்பானில் அவர்களை அறிமுகப்படுத்தினார். 1951 முதல் 1957 வரை செயல்பாட்டில் இருந்த ஜிக்கன் கோபோ (*Jikken Kobo* – சோதனைப் பட்டறை) என்றழைக்கப்பட்ட இடைநிலைக் கலைக்குழுவிற்குத் தலைமை தாங்கிப் போருக்குப் பிந்தைய ஜப்பானில் அவண்ட்-கார்ட் ஓவியங்களைப் புதுப்பிக்க உதவினார். அவரது முதல் கவிதைத் தொகுப்பான *Fairy's distance* 1937-லிலும் மற்றொரு தொகுப்பான *The Poetic Experiments of Shuzo Takiguchi* (1927-1937) 1967-லிலும் வெளியிடப்பட்டன. அறுபதுகள்/எழுபதுகளின் பிற்பகுதியில் ஜோன் மிரோவுடன் இணைந்து இரண்டு கவிதை, ஓவியங்களின் தொகுப்புகளைக் கூட்டாக வெளியிட்டார். 1991 முதல் 1998 வரையிலான இடைப்பட்ட காலத்தில் அவரது படைப்புகளின் பதினான்கு தொகுதிகள் வெளியாகின.

சால்வடார் டாலி

நீண்ட கோடுகளின் அலறல்
மென்பட்டு கூழாங்கற்களை எழுப்புகிறது.
தலையற்ற முகத்தில் இன்றிரவு
துயரமாக ஓய்வெடுக்கும்
சீருடையணிந்த பட்டாம்பூச்சி போல
ஓர் அம்மைவடு வெற்றிடம்
ஒரு பெண்ணின் நிலாமுகம்

உறக்கமற்ற நீளிருக்கைகளின் மீதான கடிகாரங்கள்
ஏறி நீரிலிருந்து வெளியேறிய இருவாழ்விகள்
இப்போது பிரபஞ்சம் கடுமையான நினைவேக்கத்தில்,
வெளி முழுதும் திகிலூட்டும் ஆசைகள்

ஒரு முக்கோணத்தைப்போல விறைத்து நடுங்கி
சூரிய அஸ்தமனத்தின் இந்த வரலாற்று ஒளிர்தலில்
மனிதர்கள் ஒருவருக்கொருவர் தழுவுகிறார்கள்.
உணவின்றி வாடும் பயந்த, சிட்டுக்குருவிகளின் கூட்டம்
தாழே பறக்கிறது
இருபதாம் நூற்றாண்டின் திகைப்பூட்டும் பொருட்களின்
பெரும்காட்சியில்
இது பிரபஞ்சத்தின் கொள்கலம்
இதுதான் பிரபஞ்சத்தின் உள்ளடக்கம்.
தூய்மையான குழந்தைகளின் கண்கவர் வளாகம்

மகத்தான மூடியிட்ட ஒரு கிராண்ட் பியானோ
திறந்த வாயைக் கொண்ட ஒரு முகமூடி
டாலி என்ற பேருடன்
ஆளரவமற்ற மர்மமான கடற்கரை ஒன்றுள்ளது.
டாலி - அலைகள் சிலிர்க்கும் ஒலி.

மேக்ஸ் எர்ன்ஸ்ட்

ஓர் இரவுப் பயணி
இரவின் புலப்படாத கைவிலங்குகளை
இறைச்சித்துண்டைப் போல
விழுங்குகிறான்

குரலற்ற நள்ளிரவொன்றில்
பல்குரல் கடிதமொன்று வருகிறது
கோபி பாலைவனத்தின் பெயரில்

சொற்களால் நிரம்பியிருக்கும் குவளையை
இறைச்சித்துண்டு என்று தவறாக எண்ணுகின்றன
பட்டினி கிடக்கும் நித்தியப் பறவைகள்.

ஓரிரவில்
ஒரு மனிதப் பரிசு
ஒரு பூப்போல எரிந்துகொண்டிருந்தது.

[கோபி பாலைவனம் – மங்கோலியாவிலுள்ள பாலைவனம்]

பாப்லோ பிக்காஸோ

ஆகாயத்துப் பறவைகளின் துயரார்ந்த கண்கள்
எங்கள் குருதியில் பாடல்கள் போன்று அறையப்பட்டுள்ளன.
தரையிலிருக்கும் காதுகளுக்காகவும் நெற்றிக்காகவும்
நீரிலிருக்கும் உதடுகளும் கருவிழிகளும் பேசுகின்றன.
மென்குரலை எழுப்பி ஜன்னல்களின் இதழ்களைத் திறக்கிறது
காற்றில் கலந்திருக்கும் காதல்

ஒரு வெள்ளை நாற்காலி அதன் கருப்புக் காலை வளைத்து
கொடுவாள் போல
ஒரு மார்பகத்தைக் குத்துகிறது

நிலவொளியில்
ஒரு பெண் தன் கண்களால் அவளது வெற்றுடலை மேய்கிறாள்
ரத்தத்தால் நனைக்கப்பட்ட ஒரு வரைபடம்
அதன் நீலத்தைப் பரப்புகிறது
நீர்ப் பறவைகளின் செட்டைகள்
கடலை மறைக்கிறது
இரத்தத்தின் நிறத்தைப் பாலின் நிறம் சற்றே
மறைக்கிறது

நாடியா அன்யுமான் [Nadia Anjuman (1980 - 2005)]

ஆப்கானிஸ்தானில் பிறந்தவர். பெண்கள் குழுவொன்று தையற்பள்ளி (தலிபான் அரசாங்கத்தால் அங்கீகரிக்கப்பட்ட பொழுதுபோக்கு) எனும் போர்வையில் உள்ளூர் பேராசிரியர்களைச் சந்தித்து இலக்கிய விவாதங்களை முன்னெடுத்தது. அதில் அன்யுமான் இணைந்திருந்தார். பின்னர் 2001ஆம் ஆண்டு, ஆப்கானிஸ்தான் தலிபான் பிடியிலிருந்து விடுவிக்கப்பட்ட பிறகு, அன்யுமான் ஹெராத் பல்கலைக்கழகத்தில் சேர்ந்தார், விரைவில் *Gul-e-dodi* (இருண்ட மலர்) என்கிற தலைப்பில் கவிதைப் புத்தகத்தை வெளியிட்டார். அவரது வாசகர்களின் எண்ணிக்கை ஆப்கானிஸ்தானுடன் மட்டுப்படவில்லை, ஈரான், பாகிஸ்தான், அதற்கு அப்பாலும் வாசகர்களைக் கண்டது. தனது கணவர் அவரது குடும்பத்தினரின் ஆட்சேபனைகளை மீறித் தொடர்ந்து கவிதை எழுதிவந்தார். நவம்பர் 2005இல், கணவரோடு ஏற்பட்ட சச்சரவின்போது தாக்கப்பட்டதில் அன்யுமான் இறந்தார். 2007ஆம் ஆண்டில், அவருடைய அத்தனை படைப்புகளும் தொகுக்கப்பட்டு ஈரானின் பர்ன்ட் புக்ஸ் அறக்கட்டளையால் வெளியிடப்பட்டன.

விஷம்

அந்த இரவில்...
தேள்கள் இரகசியமாகக் கூடின
ஒரு வீரியமான பரிமாற்றத்திற்காக
        அது சற்று நேரம் நீண்டது
பொருள்: அறிவின் உடல்களில் விஷத்தைச் செலுத்துதல்!
எந்த விஷத்தைத் தேர்ந்தெடுப்பது
        அவற்றால் ஒரு தீர்ப்பை எட்ட முடியவில்லை
திடீரென்று, குழுவிலிருந்து
அவை எல்லாவற்றைக் காட்டிலும் மிகவும் குரூபி
அவன் வாயைத் திறந்தான், அவன் நாக்கு வாளைப்போல இருந்தது
        அவன் பேசினான்:
        இரவு கடந்து செல்கிறது - தாமதிக்க நேரமில்லை
நம் இரைகள் கண்களை மூடும்போது
எழுந்து கொட்டுவதற்கு ஒரு புள்ளியைக் கண்டுபிடியுங்கள்
நம் முன்னோர்களிடமிருந்து ஒரு பழம் ஜாடி நிறைய கொடிய
விஷத்தைச் சுவீகரித்துள்ளேன்
இப்போது நானே அதைப் பெருந்தன்மையோடு
கொடையளிப்பவன்

சரடான் 1380 / 2001 கோடைகாலம்

அருந்துங்கள்! அருந்துங்கள்!

கஜல்

இதயத்தின் விசும்பல்களை ஏன் கவனத்தில் கொள்ள வேண்டும்?
துக்கத்தின் வலியில் எரியும் ஓவியத்தை ஏன் வரைய வேண்டும்?

உங்கள் அன்புக்குரியவர் உங்களை விட்டுப்போனால்,
கடவுள் அவருடன் செல்லட்டும்
நீங்கள் ஏன் உங்கள் துணிகளைக் கிழித்துக்கொள்ள வேண்டும்?

அவசரம் வேண்டாம் - இச்சாலை ஒரு முட்டுச்சந்து
முடிவிலியை நோக்கி ஏன் விரைய வேண்டும்?

நான் எல்லாவற்றோடும் இணைந்து கொள்வேன்
பூமியிலிருந்தும் வானத்திலிருந்தும் உங்களை ஏன்
துண்டித்துக் கொள்ள வேண்டும்?
அவன் இதம் காட்டாவிட்டால்,
நான் ஏன் என் பிணைப்பை உடைக்க வேண்டும்?

வேடன் நிச்சயமாகத் தனது கண்ணிகளை அமைத்துள்ளான்
ஏன் ஓட வேண்டும்? அவன் இன்னும் தீவிரமாக என்னை
வேட்டை யாடுவான்

நீங்கள் ஒரு கூண்டிலிருந்து லயத்தோடு பாடலாம்
பறத்தலின் நினைவேக்கத்தை உங்கள் தலையில் ஏன் வைத்திருக்க வேண்டும்?

உள்ளே வந்து ஹலோ சொல்லுங்கள்
திரைச்சீலைக்குப் பின்னிருந்து பதுங்குவது ஏன்?

அவனது கோப்பையிலிருப்பது எதுவாக இருந்தாலும் அது
இனிமையானது
ஏன் உறிஞ்சுகிறீர்கள்? அருந்துங்கள் அருந்துங்கள்
நாம் ஒரு நாள் பனந்தோப்பை அடைவோம்
ஒருபோதும் வராத ஒன்றைப் பற்றியே இந்த இருள் பேசுகிறது ஏன்?

காவ்ஸ் 1380 / 2001 குளிர்காலம்

இருண்ட மலை

இருண்ட மலையின் நாடுகடத்தப்பட்டவர்களே
உங்கள் பளபளக்கும் பெயர்கள் ஊமை மணலில்
உறங்குகின்றன
உங்கள் மங்கலான நினைவுகள்
- அந்த நீலஒளி நினைவுகள்
அலைகளின் குழப்பமான மனதினடியில்
கொந்தளிக்கும் கடலில்

உங்கள் பிரகாசிக்கும் மனம் எங்கே?
எந்தக் கரம் உங்கள் நம்பிக்கையைக் கொள்ளையடித்தது
அந்த அரிய தங்க மரத்திலிருந்து?
உங்கள் இதமான நிலவொளி எங்கே மறைந்தது
இந்த நிழல் புயலில்?

இந்தக் கொடிய உறைபனிக்குப் பிறகு
கடல் அமைதியடைந்தால்
மேகமூட்டம் அமைதியடைந்தால்
சந்திரனின் மகள் உணர்வையும்
சிரிப்பையும் கொண்டுவந்தால்

மலையின் இதயம் மென்மையாகிப் பூக்களை மலர
அனுமதித்தால்
பூக்கள் பெருகி வளர்ந்தால்
நீங்கள் சூரியன் என்று பெயரிடப்படுவீர்களா
அதன் சிகரங்களில்?
உங்கள் யோசனைகளின் விடியல் -
கொட்டும் இருளைக் கண்டு அஞ்சும்
புயலில்-பிறந்த மீனின் பார்வையில் மின்னும்
அந்த நீல-பிரகாசமான எண்ணங்களுடைய —
நம்பிக்கையின் முகமாக மாறுமா?

இருண்ட மலையின் ஏதிலிகளே

காவ்ஸ் 1380 / 2001 குளிர்காலம்

மனிதன், இரும்பு, கல்

இந்த இரும்புக் கல்லறையில்
சுவரின் உடல் கதவின் தசையில் எப்போதுமாய்
நிலைநிறுத்தப்பட்டுள்ளது
அது ஒருபோதும் திறக்காது
அச்சோ, வாயிற்காவலன்!
வீணாகப் பதறுவதை நிறுத்துங்கள்
சாவி இங்கே இருக்கிறது, ஆனால் பூட்டு துருவேறி
மூடியிருக்கிறது
விலகிச் செல், வாயிற்காவலனே, என் மனதின் காது சற்றே
ஓய்வெடுக்கட்டும் ... ஒரே ஒருமுறை மட்டும்
இங்கே, என் குடும்பத்திற்காகக் கல்லும் இரும்பும்
வைத்திருக்கிறேன்
கல்லும் நானும் ஒன்றாக நீடிக்க ஓர் ஒப்பந்தம் நிலுவையில் உள்ளது
பொறுமையின் சிகரமான இந்த இடத்தில் நான் அதனுடன்
கொஞ்சம் அலைந்துகொள்கிறேன்

மரணத்தின் சுறுசுறுப்பு என்னைப் பயப்படுத்தாது
புயலின் வீச்சுகள் இனி என்னைக் காயப்படுத்தாது
தண்ணீரின் மாயக்கலையைப் பேச வேண்டாம்
முடிவற்ற நீலத்தைப் பேச வேண்டாம்
நான் கடற்கழியின் இருண்ட வானத்தில்
உள்ளிழுக்கப்பட்டுவிட்டேன்

நான் இங்கு வேர் கொண்டுள்ளேன்-
ஊளையிடும் இரும்பு வானில் ஈய-நீல மேகங்களுடனான
ஓர் இரும்பு நிலத்தில்
என்னை மறந்துவிடு - ஒவ்வொரு நொடியும்
என் கிளைகளிலிருந்து
தளைகள் முளைக்கின்றன
வாயிற்காவலனே வெளியேறு, இரும்புமீது முட்டிக்கொண்டு
சோர்வடைய வேண்டாம்
நொறுக்கப்படுவதை உன்னால் தாங்க முடியாது
எனக்கு நன்றாகத் தெரியும்
மனிதன், இரும்பு, கல் மூவரும்

வலியின் நித்திய சாலையின் முடிவில் கைகோர்த்து
ஒன்றாக உலா வருவார்கள்
இருளின் வேகத்தை, பயத்தை அவர்கள்
விரட்டியடிப்பார்கள்
வாயிற்காவலனே வெளியேறு, போ – உனது கைகள் காலியாக இல்லை
போ - என் எடைகூடிய கதையை நீ வைத்திருக்கிறாய்
நகரத்திற்கு அதை முழுமையாகச் சொல்
இந்தக் கடினமான சுவரின் பின்னால்
ஒரு பெண் கல்லோடு நித்திய ஒப்பந்தம் செய்தாள் என்று சொல்
துயரத்தின் ஆழத்தில்
அவள் இரும்பின் குழந்தைகளுடன் சேர்ந்தாள்
என்று சொல்

காவ்ஸ் 1380 / 2001 குளிர்காலம்

டபுள்யூ.எஸ்.ரேந்த்ரா [W.S.Rendra (1935 – 2009)]

இந்தோனேசியாவின் முக்கிய கவிஞர், நாடகவியலாளர், செயற்பாட்டாளர், நடிகர் மற்றும் இயக்குனர். தனது வாழ்நாள் முழுதும் அதிகாரம், அரச பயங்கரவாதத்துக்கு எதிராகப் போராடியவர் ரேந்த்ரா. பல சர்வதேசக் கவிதைத் திருவிழாக்களை இந்தோனேஷியாவில் நடத்தியிருக்கிறார். நாகா மக்களின் போராட்டம் எனும் குறிப்பிடத்தகுந்த நாடகம் உட்படப் பல கவிதைத் தொகுதிகள், அரசியல் செயல்பாடுகள், *Prize of the Academy Jakarta, Adam Malik Award* போன்ற விருதுகள் என சர்வதேச அரங்கில் பிரபலமாக அறியப்பட்டவர்.

அறுதிப் பாடல்

பாலியல் விடுதியின் உரிமையாளர் அவளிடம் சொல்கிறார்
“இரண்டு வாரங்களாக நீ படுத்த படுக்கையாகிவிட்டாய்
நோய் முற்றிவிட்டது
உன்னால் இனி பணம் சம்பாதிக்க முடியாது
உண்மையில் எனக்குத்தான் நீ கடனாளி
என்னால் நஷ்டப்பட முடியாது
உன்னைப் பராமரிக்க முடியாது
இங்கிருந்து வெளியேறிவிடு”

(சொர்க்கத்தைக் காவல் காக்கும் தேவதூதன்
பிரகாசமும் வன்மமும் கொண்ட முகம்
எரியும் அவன் வாளால்
என்னைக் குறிபார்த்தபடி...
மரியா சைத்தூன் என் பெயர்
அழகோ இளமையோ அற்ற
துரதிர்ஷ்டம் பீடித்த ஒரு பாவப்பட்ட வேசி)

பகல் பன்னிரண்டு மணி
உச்சி சூரியன்
காற்றில்லை மேகங்கள் இல்லை
மரியா சைத்தூன் விடுதியை விட்டு வெளியேறுகிறாள்
பெட்டியில்லை உடைமைகள் இல்லை
தோழிகள் பார்க்க ஊசலாடியபடி...
உடல் கொதிக்க...
வெட்டை நோய் எரிக்க...
காலிடுக்கு கழுத்து கக்கம் எங்கும் புண்கள்
கண்கள் சிவப்பாகி
உதடுகள் வறண்டு
ஈறுகளில் ரத்தம் வடிய...

அவள் இதயம் தொந்தரிக்கிறது
மருத்துவரிடம் செல்கிறாள்
காத்திருப்போர் வரிசையில் இவளும் உட்கார
திடுக்கென்று தள்ளிப் போகிறார்கள் மூக்குகளைப்
பொத்தியபடி

திட்டியவாறு எழ முயன்ற அவளைத் தாதி கைப்பிடித்து
அவர்களுக்கு முந்தி உள்ளிழுக்கிறாள்
மரியா சைத்தூன் நீ பாக்கித் தொகை தர வேண்டியதிருக்கிறதே
ஆம்
எவ்வளவு வைத்திருக்கிறாய்
ஒன்றுமில்லை
தலையை ஆட்டியபடி ஆடைகளைக் களையச் சொல்கிறார்
மருத்துவர்
ஆடைகள் புண்களில் ஒட்டி அவிழ்க்க வரவில்லை... வலி
போதும்... சோதனை செய்யாமலே
தாதியிடம் மெல்லிய குரலில் சொல்கிறார்
அவளுக்கு ஒரு வைட்டமின் சி ஊசியைப் போடு
வைட்டமின் சி? சல்வார்ஜான் தரலாமே?
அவளால் பணம் தர முடியாது
அவள் இறந்துகொண்டிருக்கிறாள்
வெளிநாட்டு மருந்து எதற்கு?

(சொர்க்கத்தைக் காவல்காக்கும் தேவதூதன்
வெறுப்பும் வன்மமும் கொண்ட முகம்
அவன் வாள் என்னை குறி பார்த்தபடி
எதுவும் தோன்றாமல், உணராமல்
நடுங்கியபடி நான்
மரியா சைத்தூன் என் பெயர்
துரதிர்ஷ்டமும் பயமும் பீடித்த ஒரு பாவம் வேசி)

மதியம் ஒரு மணி
சூரியன் உச்சியில்
மரியா சைத்தூன் செருப்பில்லாமல்
தார் உருகி வழியும் சாலையில்
தேவாலயத்தை அடைகிறாள்
திருடர்களுக்குப் பயந்து
அது பூட்டப்பட்டிருக்கிறது
போதகர் அறையின் மணிகளை ஒலிக்க
கோயில்பிள்ளை வருகிறார்
என்ன வேண்டும்?
பாதிரி உணவருந்துகிறார்
இது பார்வையாளர் நேரமும் அல்ல

நான் நோயுற்று இருக்கிறேன் அவசரம்
நாற்றம் வீசும் அவள் உடலைப் பார்வையிட்டபடி
கோயில்பிள்ளை சொல்கிறார்
நீ வெளியேயே இருப்பாயானால் பாதிரியை அழைக்கிறேன்
ஒரு மணி நேரம் வெயிலில் வறுபட்ட பின் பாதிரி வருகிறார்
மிச்சங்களைப் பற்குசியால் குத்திவிட்டு சிகரெட்டைப்
பத்தியபடி
வாயிலிருந்து வழியும் ஒயின் வாசனை
கால்களில் முதலைத் தோல் காலணிகளோடு
கேட்கிறார்;
எதற்காக வந்திருக்கிறாய்?
மரியா சைத்தூன் பதிலளிக்கிறாள்;
நான் பாவமன்னிப்புக் கோர வேண்டும்
இது அதற்கான நேரமன்று
நான் செத்துக்கொண்டிருக்கிறேன்
நோய்ப்பட்டிருக்கிறாயா
ஆம் வெட்டை நோய்
இரண்டடி பின்னால் போய்விட்டு
முகம் சுருங்கியபடி குழப்பத்தோடு கேட்கிறார்
நீ நீ அந்த மாதிரி பெண்ணா
நானொரு வேசி ஆம்
கடவுளே ஆனால் நீயொரு கத்தோலிக்கப் பெண்
ஆம்
மூன்று நொடிகள் தாமதித்து
மீண்டும் சொல்கிறார்
சூரியன் கொதித்துக் கொண்டிருந்தது
நீ பாவத்துக்குள் தள்ளப்பட்டாய்
இல்லை நானே பாவம் செய்தேன்
சாத்தானால் ஏமாற்றப்பட்டாய்
இல்லை வறுமையால் வேலையின்மையால்
கடவுளின் பேரால்...
கடவுளின் பேரால் நான் சொல்வதைக் கேளுங்கள்
நான் பாவியான காரணங்கள் தேவையில்லை
என் வாழ்க்கை ஒரு தோல்விதான்
என் ஆன்மா குழப்பத்திலிருக்கிறது
எனக்கு மரிக்க வேண்டும் பயமாயிருக்கிறது தேவனோ யாரோ

என்னை நேசம் கொள்ளட்டும்
பாதிரியின் முகம் கடுஞ்சிவப்பானது
மரியா சைத்தூனை நோக்கிச் சொல்கிறார்
நீயொரு காட்டுப் புலி
பைத்தியமாகவும் இருக்கலாம்
நீ மரிக்கப் போவதில்லை
உனக்குத் தேவை பாதிரி அல்ல மனநோய் நிபுணர்

(சொர்க்கத்தைக் காவல் காக்கும் தேவதூதன்
அவன் முகம் வெறியிலும் வன்மத்திலும்
எரியும் வாள் என்னைக் குறிபார்த்தபடி
நான் சோர்வுற்றிருக்கிறேன், வலிமையில்லை
பேசவோ அழவோ முடியாதபடி
மரியா சைத்தூன் என் பெயர்
பசி கொண்ட தாகம் கொண்ட ஒரு வேசி)

மதியம் மூன்று மணி
மரியா சைத்தூன் தெருவில் நுனிக்கால்களால் நடக்கிறாள்
சூரியன் சுட்டெரிக்க
காற்றும் வீசவில்லை
தெருவில் நடக்கையில் நாய்ப் பீயில் கால் வழுக்கி
ஆனாலும் வீழாமல்
அவள் தொடை இடுக்கின் புண்களிலிருந்து ரத்தம் கசிந்து
கால்களில் வழிய
கன்றீனும் பசுவைப் போல் கால்களை அகட்டி நடக்கிறாள்
சந்தை அருகே தலை சுற்ற
நின்று நிதானித்து பெருமூச்செறிகிறாள்
அவளுக்குப் பசிக்கிறது
எல்லோரும் அவளைக் கண்டு விலகுகிறார்கள்
உணவுக்கடையின் பின்புறம் ஒதுங்குகிறாள்
குப்பைக்கூடையில் கிடைத்த எச்சிலை
வாழையிலையில் கவனமாகப் பொதிந்தெடுத்து
நகரம் விட்டு நகர்கிறாள்

(சொர்க்கத்தைக் காக்கும் தேவதூதன்
அவன் முகம் இறுகி வன்மத்தோடு
எரியும் வாள் என்னைக் குறிபார்த்தபடி

கடவுளே எனக்குச் செவி கேளும்
மரியா சைத்தூன் என் பெயர்
பயத்தில் நடுங்கும் ஒரு பலவீனமான வேசி)

மாலை நான்கு மணி
நத்தையைப் போல் நகர்ந்துகொண்டிருக்கிறாள்
கையில் இன்னும் உண்ணப்படாத எச்சில்
நெற்றி நனைந்து கூந்தல் கலைந்து
காய்ந்த எலுமிச்சையைப் போல்
மெலிந்து உலர்ந்து வெளிறி
பிறகு மாலை ஐந்து மணி
அவள் நகரை விட்டு வெளியேறிவிட்டாள்
இப்போது தார்ச்சாலை முடிந்து தூசு பறக்கிறது
சூரியனைப் பார்த்து மெல்லிய குரலில் நாற்றம் பிடித்தவனே
என்கிறாள்
பிரதான சாலையை விட்டு
வயல்வெளியின் வரப்பில் நடக்கத் தொடங்குகிறாள்

(சொர்க்கத்தைக் காவல் காக்கும் தேவதூதன்
அவன் முகம் திமிரிலும் வன்மத்திலும்
எரியும் அவன் வாள் என்னைத் துரத்தி
அருவருப்போடு அதன் ஆண்மையோடு என் காலிடுக்கில்
செலுத்துகிறது
கடவுளே செவிமடும்
மரியா சைத்தூன் என் பெயர்
தோற்கடிக்கப்பட்ட ஒரு வேசி
கீழ்மையுள்ள ஒரு வேசி)

மாலை ஆறுமணி
மரியா சைத்தூன் நதிக்கரையை அடைகிறாள்
சூரியன் மறைந்துவிட்டது
காற்று வீசத் தொடங்கிவிட்டது
கருக்கல்...
நதிக்கரையில் மெல்ல கிடக்கிறாள்
கை கால் முகம் கழுவி உணவை வாயில் வைக்கிறாள்
பிறகு விருப்பமின்றி
ஆற்று நீரை அள்ளிப் பருகுகிறாள்

(காக்கும் தேவதூதனே
கருக்கல் வந்ததை நீ அறியவில்லையா?
மலைகளின் காற்றை?
பகல் உறங்கியதை?
சொர்க்கத்தைக் காவல் காக்கும் தேவதூதன்
தீர்மானமாக அவளைத் துரத்துகிறான்
சிலையைப் போல் வழிமறித்து நிற்கிறான்
அவன் வாள் எரிகிறது)

ஏழு மணி இரவு நெருங்குகிறது
பூச்சிகளின் ரீங்காரம்
நதி பாறைகளோடு மோத
மரங்களும் புதர்களும் அசையாமல் நிலவொளியில் பிரகாசிக்க
மரியா சைத்தூனுக்கு இப்போது பயமில்லை
குழந்தைப்பருவத்தையும் வாலிபப்பருவத்தையும் அவள்
நினைக்கிறாள்
அம்மாவுடன் ஆற்றில் குளித்தது, மரம் ஏறியது,
காதலனோடு மீன் பிடித்தது
அவள் இப்போது தனிமையில் இல்லை
பயமும் இல்லை
பழைய தோழியோடு இருப்பதைப்போல உணர்கிறாள்
திடீரென அவள் வாழ்வின் துயரத்தை, தோல்வியை
ஞாபகங்கொள்கிறாள்
சோகமாகித் தோழியிடம் கதறுகிறாள்
அவள் இதயத்துக்கு அது உகந்ததல்ல

(சொர்க்கத்தைக் காவல் காக்கும் தேவதூதன்
இறுகிய வன்மம் கொண்ட அவன் முகம்
என் பதில்களைச் செவிமடுக்கவில்லை
என் கண்களை எதிர்கொள்ள மறுக்கிறான்
அவனிடம் பேசிப் பிரயோஜனமில்லை
திமிரோடு நிற்கிறான்
அவன் வாள் எரிந்துகொண்டிருக்கிறது)

காலம்
நிலா
மரங்கள்

நதி
வெட்டை நோய்
புண்கள்
பெண்
கண்ணாடியைப் போல்
நதி பிரகாசத்தை எதிரொளிக்கிறது
நீள்புற்கள் ஒளிர்கின்றன
நதியைக் கடந்து ஒருவன் வருகிறான்
மரியா சைத்தூன் இது நீயா என்கிறான்
ஆம் என்கிறாள்
அவன் அழகன், கட்டுமஸ்தானவன்
பெரிய கண்கள், சுருட்டை முடி
அவன் அவளை நெருங்குகிறான்
மரியா சைத்தூனின் இதயம் படபடக்கிறது.
அவனை அவள் அறிவாள்
இவனைப் போன்ற மனிதனை அவளுக்குப் பிடிக்கும்
அப்படியாக நாம் இங்கு சந்தித்திருக்கிறோம் என்கிறான்
அவளைக் குனிந்து அணைத்து முத்தமிடுகிறான்
தேங்காய்ப்பால் வாசனை கமழ்கிறது அவனிடம்
இதுபோலொரு முத்தம் அவள் அனுபவித்ததில்லை
அவன் அவளின் உள்ளாடையைக் களைகிறான்
கண்களை மூடியபடி அவள் ஒப்புக்கொடுக்கிறாள்
அவள் கடலில் மிதக்கிறாள்
இதுவரை அறியாத கடல்
எல்லாம் முடிந்தபின் சொல்கிறாள்
என் வாழ்வில் உன்னைப் போல் ஓர் அழகன் வருவானென்று
கனவிலும் நினைக்கவில்லை
பரவசமும் பொறுமையும் மதிப்போடும் அவன் அவளைப்
பார்க்கிறான்
உன் பெயர்? மரியா சைத்தூன் கேட்கிறாள்
மணவாளன் என்கிறான் அவன்
சிரிப்பூட்டாதே என்றபடி அவன் உடல் முழுதும்
முத்தமிடுகிறாள்
திடுக்கிட்டுத் திடீரென முத்தமிடுவதை நிறுத்துகிறாள்
அவனது உடலில் தழும்புகளை அவள் கண்டிருந்தாள்
இடதுபக்கம்

டபுள்யூ.எஸ்.ரேந்த்ரா [W.S.Rendra (1935 – 2009)]

இந்தோனேசியாவின் முக்கிய கவிஞர், நாடகவியலாளர், செயற்பாட்டாளர், நடிகர் மற்றும் இயக்குனர். தனது வாழ்நாள் முழுதும் அதிகாரம், அரச பயங்கரவாதத்துக்கு எதிராகப் போராடியவர் ரேந்த்ரா. பல சர்வதேசக் கவிதைத் திருவிழாக்களை இந்தோனேஷியாவில் நடத்தியிருக்கிறார். நாகா மக்களின் போராட்டம் எனும் குறிப்பிடத்தகுந்த நாடகம் உட்படப் பல கவிதைத் தொகுதிகள், அரசியல் செயல்பாடுகள், *Prize of the Academy Jakarta*, *Adam Malik Award* போன்ற விருதுகள் என சர்வதேச அரங்கில் பிரபலமாக அறியப்பட்டவர்.

அறுதிப் பாடல்

பாலியல் விடுதியின் உரிமையாளர் அவளிடம் சொல்கிறார்
"இரண்டு வாரங்களாக நீ படுத்த படுக்கையாகிவிட்டாய்
நோய் முற்றிவிட்டது
உன்னால் இனி பணம் சம்பாதிக்க முடியாது
உண்மையில் எனக்குத்தான் நீ கடனாளி
என்னால் நஷ்டப்பட முடியாது
உன்னைப் பராமரிக்க முடியாது
இங்கிருந்து வெளியேறிவிடு"

(சொர்க்கத்தைக் காவல் காக்கும் தேவதூதன்
பிரகாசமும் வன்மமும் கொண்ட முகம்
எரியும் அவன் வாளால்
என்னைக் குறிபார்த்தபடி...
மரியா சைத்தூன் என் பெயர்
அழகோ இளமையோ அற்ற
துரதிர்ஷ்டம் பீடித்த ஒரு பாவப்பட்ட வேசி)

பகல் பன்னிரண்டு மணி
உச்சி சூரியன்
காற்றில்லை மேகங்கள் இல்லை
மரியா சைத்தூன் விடுதியை விட்டு வெளியேறுகிறாள்
பெட்டியில்லை உடைமைகள் இல்லை
தோழிகள் பார்க்க ஊசலாடியபடி...
உடல் கொதிக்க...
வெட்டை நோய் எரிக்க...
காலிடுக்கு கழுத்து கக்கம் எங்கும் புண்கள்
கண்கள் சிவப்பாகி
உதடுகள் வறண்டு
ஈறுகளில் ரத்தம் வடிய...

அவள் இதயம் தொந்தரிக்கிறது
மருத்துவரிடம் செல்கிறாள்
காத்திருப்போர் வரிசையில் இவளும் உட்கார
திடுக்கென்று தள்ளிப் போகிறார்கள் மூக்குகளைப்
பொத்தியபடி

திட்டியவாறு எழ முயன்ற அவளைத் தாதி கைப்பிடித்து
அவர்களுக்கு முந்தி உள்ளிழுக்கிறாள்
மரியா சைத்தூன் நீ பாக்கித் தொகை தர வேண்டியதிருக்கிறதே
ஆம்
எவ்வளவு வைத்திருக்கிறாய்
ஒன்றுமில்லை
தலையை ஆட்டியபடி ஆடைகளைக் களையச் சொல்கிறார்
மருத்துவர்
ஆடைகள் புண்களில் ஒட்டி அவிழ்க்க வரவில்லை... வலி
போதும்... சோதனை செய்யாமலே
தாதியிடம் மெல்லிய குரலில் சொல்கிறார்
அவளுக்கு ஒரு வைட்டமின் சி ஊசியைப் போடு
வைட்டமின் சி? சல்வார்ஜான் தரலாமே?
அவளால் பணம் தர முடியாது
அவள் இறந்துகொண்டிருக்கிறாள்
வெளிநாட்டு மருந்து எதற்கு?

(சொர்க்கத்தைக் காவல்காக்கும் தேவதூதன்
வெறுப்பும் வன்மமும் கொண்ட முகம்
அவன் வாள் என்னை குறி பார்த்தபடி
எதுவும் தோன்றாமல், உணராமல்
நடுங்கியபடி நான்
மரியா சைத்தூன் என் பெயர்
துரதிர்ஷ்டமும் பயமும் பீடித்த ஒரு பாவம் வேசி)

மதியம் ஒரு மணி
சூரியன் உச்சியில்
மரியா சைத்தூன் செருப்பில்லாமல்
தார் உருகி வழியும் சாலையில்
தேவாலயத்தை அடைகிறாள்
திருடர்களுக்குப் பயந்து
அது பூட்டப்பட்டிருக்கிறது
போதகர் அறையின் மணிகளை ஒலிக்க
கோயில்பிள்ளை வருகிறார்
என்ன வேண்டும்?
பாதிரி உணவருந்துகிறார்
இது பார்வையாளர் நேரமும் அல்ல

நான் நோயுற்று இருக்கிறேன் அவசரம்
நாற்றம் வீசும் அவள் உடலைப் பார்வையிட்டபடி
கோயில்பிள்ளை சொல்கிறார்
நீ வெளியேயே இருப்பாயானால் பாதிரியை அழைக்கிறேன்
ஒரு மணி நேரம் வெயிலில் வறுபட்ட பின் பாதிரி வருகிறார்
மிச்சங்களைப் பற்குசியால் குத்திவிட்டு சிகரெட்டைப்
பத்தியபடி
வாயிலிருந்து வழியும் ஒயின் வாசனை
கால்களில் முதலைத் தோல் காலணிகளோடு
கேட்கிறார்;
எதற்காக வந்திருக்கிறாய்?
மரியா சைத்தூன் பதிலளிக்கிறாள்;
நான் பாவமன்னிப்புக் கோர வேண்டும்
இது அதற்கான நேரமன்று
நான் செத்துக்கொண்டிருக்கிறேன்
நோய்ப்பட்டிருக்கிறாயா
ஆம் வெட்டை நோய்
இரண்டடி பின்னால் போய்விட்டு
முகம் சுருங்கியபடி குழப்பத்தோடு கேட்கிறார்
நீ நீ அந்த மாதிரி பெண்ணா
நானொரு வேசி ஆம்
கடவுளே ஆனால் நீயொரு கத்தோலிக்கப் பெண்
ஆம்
மூன்று நொடிகள் தாமதித்து
மீண்டும் சொல்கிறார்
சூரியன் கொதித்துக் கொண்டிருந்தது
நீ பாவத்துக்குள் தள்ளப்பட்டாய்
இல்லை நானே பாவம் செய்தேன்
சாத்தானால் ஏமாற்றப்பட்டாய்
இல்லை வறுமையால் வேலையின்மையால்
கடவுளின் பேரால்...
கடவுளின் பேரால் நான் சொல்வதைக் கேளுங்கள்
நான் பாவியான காரணங்கள் தேவையில்லை
என் வாழ்க்கை ஒரு தோல்விதான்
என் ஆன்மா குழப்பத்திலிருக்கிறது
எனக்கு மரிக்க வேண்டும் பயமாயிருக்கிறது தேவனோ யாரோ

என்னை நேசம் கொள்ளட்டும்
பாதிரியின் முகம் கடுஞ்சிவப்பானது
மரியா சைத்தூனை நோக்கிச் சொல்கிறார்
நீயொரு காட்டுப் புலி
பைத்தியமாகவும் இருக்கலாம்
நீ மரிக்கப் போவதில்லை
உனக்குத் தேவை பாதிரி அல்ல மனநோய் நிபுணர்

(சொர்க்கத்தைக் காவல் காக்கும் தேவதூதன்
அவன் முகம் வெறியிலும் வன்மத்திலும்
எரியும் வாள் என்னைக் குறிபார்த்தபடி
நான் சோர்வுற்றிருக்கிறேன், வலிமையில்லை
பேசவோ அழவோ முடியாதபடி
மரியா சைத்தூன் என் பெயர்
பசி கொண்ட தாகம் கொண்ட ஒரு வேசி)

மதியம் மூன்று மணி
மரியா சைத்தூன் தெருவில் நுனிக்கால்களால் நடக்கிறாள்
சூரியன் சுட்டெரிக்க
காற்றும் வீசவில்லை
தெருவில் நடக்கையில் நாய்ப் பீயில் கால் வழுக்கி
ஆனாலும் வீழாமல்
அவள் தொடை இடுக்கின் புண்களிலிருந்து ரத்தம் கசிந்து
கால்களில் வழிய
கன்றீனும் பசுவைப் போல் கால்களை அகட்டி நடக்கிறாள்
சந்தை அருகே தலை சுற்ற
நின்று நிதானித்து பெருமூச்செறிகிறாள்
அவளுக்குப் பசிக்கிறது
எல்லோரும் அவளைக் கண்டு விலகுகிறார்கள்
உணவுக்கடையின் பின்புறம் ஒதுங்குகிறாள்
குப்பைக்கூடையில் கிடைத்த எச்சிலை
வாழையிலையில் கவனமாகப் பொதிந்தெடுத்து
நகரம் விட்டு நகர்கிறாள்

(சொர்க்கத்தைக் காக்கும் தேவதூதன்
அவன் முகம் இறுகி வன்மத்தோடு
எரியும் வாள் என்னைக் குறிபார்த்தபடி

கடவுளே எனக்குச் செவி கேளும்
மரியா சைத்தூன் என் பெயர்
பயத்தில் நடுங்கும் ஒரு பலவீனமான வேசி)

மாலை நான்கு மணி
நத்தையைப் போல் நகர்ந்துகொண்டிருக்கிறாள்
கையில் இன்னும் உண்ணப்படாத எச்சில்
நெற்றி நனைந்து கூந்தல் கலைந்து
காய்ந்த எலுமிச்சையைப் போல்
மெலிந்து உலர்ந்து வெளிறி
பிறகு மாலை ஐந்து மணி
அவள் நகரை விட்டு வெளியேறிவிட்டாள்
இப்போது தார்ச்சாலை முடிந்து தூசு பறக்கிறது
சூரியனைப் பார்த்து மெல்லிய குரலில் நாற்றம் பிடித்தவனே
என்கிறாள்
பிரதான சாலையை விட்டு
வயல்வெளியின் வரப்பில் நடக்கத் தொடங்குகிறாள்

(சொர்க்கத்தைக் காவல் காக்கும் தேவதூதன்
அவன் முகம் திமிரிலும் வன்மத்திலும்
எரியும் அவன் வாள் என்னைத் துரத்தி
அருவருப்போடு அதன் ஆண்மையோடு என் காலிடுக்கில்
செலுத்துகிறது
கடவுளே செவிமடும்
மரியா சைத்தூன் என் பெயர்
தோற்கடிக்கப்பட்ட ஒரு வேசி
கீழ்மையுள்ள ஒரு வேசி)

மாலை ஆறுமணி
மரியா சைத்தூன் நதிக்கரையை அடைகிறாள்
சூரியன் மறைந்துவிட்டது
காற்று வீசத் தொடங்கிவிட்டது
கருக்கல்...
நதிக்கரையில் மெல்ல கிடக்கிறாள்
கை கால் முகம் கழுவி உணவை வாயில் வைக்கிறாள்
பிறகு விருப்பமின்றி
ஆற்று நீரை அள்ளிப் பருகுகிறாள்

(காக்கும் தேவதூதனே
கருக்கல் வந்ததை நீ அறியவில்லையா?
மலைகளின் காற்றை?
பகல் உறங்கியதை?
சொர்க்கத்தைக் காவல் காக்கும் தேவதூதன்
தீர்மானமாக அவளைத் துரத்துகிறான்
சிலையைப் போல் வழிமறித்து நிற்கிறான்
அவன் வாள் எரிகிறது)

ஏழு மணி இரவு நெருங்குகிறது
பூச்சிகளின் ரீங்காரம்
நதி பாறைகளோடு மோத
மரங்களும் புதர்களும் அசையாமல் நிலவொளியில் பிரகாசிக்க
மரியா சைத்தூனுக்கு இப்போது பயமில்லை
குழந்தைப்பருவத்தையும் வாலிபப்பருவத்தையும் அவள்
நினைக்கிறாள்
அம்மாவுடன் ஆற்றில் குளித்தது, மரம் ஏறியது,
காதலனோடு மீன் பிடித்தது
அவள் இப்போது தனிமையில் இல்லை
பயமும் இல்லை
பழைய தோழியோடு இருப்பதைப்போல உணர்கிறாள்
திடீரென அவள் வாழ்வின் துயரத்தை, தோல்வியை
ஞாபகங்கொள்கிறாள்
சோகமாகித் தோழியிடம் கதறுகிறாள்
அவள் இதயத்துக்கு அது உகந்ததல்ல

(சொர்க்கத்தைக் காவல் காக்கும் தேவதூதன்
இறுகிய வன்மம் கொண்ட அவன் முகம்
என் பதில்களைச் செவிமடுக்கவில்லை
என் கண்களை எதிர்கொள்ள மறுக்கிறான்
அவனிடம் பேசிப் பிரயோஜனமில்லை
திமிரோடு நிற்கிறான்
அவன் வாள் எரிந்துகொண்டிருக்கிறது)

காலம்
நிலா
மரங்கள்

நதி
வெட்டை நோய்
புண்கள்
பெண்
கண்ணாடியைப் போல்
நதி பிரகாசத்தை எதிரொளிக்கிறது
நீள்புற்கள் ஒளிர்கின்றன
நதியைக் கடந்து ஒருவன் வருகிறான்
மரியா சைத்தூன் இது நீயா என்கிறான்
ஆம் என்கிறாள்
அவன் அழகன், கட்டுமஸ்தானவன்
பெரிய கண்கள், சுருட்டை முடி
அவன் அவளை நெருங்குகிறான்
மரியா சைத்தூனின் இதயம் படபடக்கிறது.
அவனை அவள் அறிவாள்
இவனைப் போன்ற மனிதனை அவளுக்குப் பிடிக்கும்
அப்படியாக நாம் இங்கு சந்தித்திருக்கிறோம் என்கிறான்
அவளைக் குனிந்து அணைத்து முத்தமிடுகிறான்
தேங்காய்ப்பால் வாசனை கமழ்கிறது அவனிடம்
இதுபோலொரு முத்தம் அவள் அனுபவித்ததில்லை
அவன் அவளின் உள்ளாடையைக் களைகிறான்
கண்களை மூடியபடி அவள் ஒப்புக்கொடுக்கிறாள்
அவள் கடலில் மிதக்கிறாள்
இதுவரை அறியாத கடல்
எல்லாம் முடிந்தபின் சொல்கிறாள்
என் வாழ்வில் உன்னைப் போல் ஓர் அழகன் வருவானென்று
கனவிலும் நினைக்கவில்லை
பரவசமும் பொறுமையும் மதிப்போடும் அவன் அவளைப்
பார்க்கிறான்
உன் பெயர்? மரியா சைத்தூன் கேட்கிறாள்
மணவாளன் என்கிறான் அவன்
சிரிப்பூட்டாதே என்றபடி அவன் உடல் முழுதும்
முத்தமிடுகிறாள்
திடுக்கிட்டுத் திடீரென முத்தமிடுவதை நிறுத்துகிறாள்
அவனது உடலில் தழும்புகளை அவள் கண்டிருந்தாள்
இடதுபக்கம்

இரண்டு கைகள்
இரண்டு கால்கள்
மரியா சைத்தூன் சொல்கிறாள்
எனக்கு உன்னைத் தெரியும்
நான் உன்னை அறிவேன்
ஆம் எனத் தலையசைக்கிறான் அவன்

(சொர்க்கத்தைக் காவல் காக்கும் தேவதூதன்
கொடூரமும் வன்மமும் கொண்ட அவன் முகம்
எரியும் வாள்
என்னை ஒன்றும் செய்ய முடியவில்லை
திறனற்று உறைகிறான்
என்னை அவன் வாள் இப்போது குறி பார்க்கவில்லை
எனக்குப் பயமுமில்லை
தனிமையும் துயரும் அழிந்துவிட்டது
நடனமாடியபடி சொர்க்கத்தின் வாசலில் நுழைகிறேன்
விருப்பம்போல் ஆப்பிள்களைத் தின்றபடி
மரியா சைத்தூன் என் பெயர்
வேசி... மணவாட்டி... இரண்டும்)

ஹெலினா ஆஸ்டர்லண்ட் [Helena Osterlund (1978)]

அடிப்படையில் நூலகரான இவர் ஸ்வீடனின் ஸ்டாக்ஹோமில் வசிக்கிறார். 'சொற்கள் மற்றும் வண்ணங்கள்' (2010) என்ற கவிதைத் தொகுப்பிற்காக போரஸ் இதழ் அறிமுக விருது இவருக்கு வழங்கப்பட்டது. தனது படைப்புகளுக்கான உத்வேகத்தை தாமஸ் பெர்னார்ட், ஜெர்ட்ரூடே ஸ்டெயின், ஆன் கார்சன், சாமுவெல் பெக்கெட் போன்ற எழுத்தாளர்களிடமிருந்து வரித்துக்கொண்டிருக்கிறார். பிலிப் கிளாஸ், ஸ்டீவ் ரெய்க், ஜான் கேஜ் போன்றோரின் இசையும் தனக்கு உத்வேகமளிப்பதாகச் சொல்கிறார். *Kari 1983* (2013), *Self-portrait* (2015), *My vulnerable body* (2019) ஆகியன இவரது புதினங்கள்.

சொற்கள்

நான் திரும்பினேன்
அங்கு வெளிச்சம் இல்லை
அங்கு இருளடர்ந்திருந்தது
அங்கு அமைதி படர்ந்திருந்தது
நான் அமைதியாக இல்லை
நான் ஒளி என்றேன்
நான் அதை வலியுறுத்தினேன்
நான் ஒளி என்றேன்
எனக்கு ஒளி வேண்டும்
அங்கு ஒளி இல்லை
சொல் ஒளியாக இல்லை
சொல் சொல்லாக இருந்தது
நான் திரும்பினேன்
அங்கு இனி ஒளி இல்லை
அங்கு இருளடர்ந்திருந்தது
அங்கு கருப்பாக இருந்தது
அங்கு முற்றிலும் கருப்பாக இருந்தது
என் கைகளைப் பார்க்க முடியவில்லை
என் கைகள் இளஞ்சிவப்பு நிறமா என்பதைப் பார்க்க
முடியவில்லை
என் கைகள் கைகளா என்பதைப் பார்க்க முடியவில்லை
அங்கு கருப்பாக இருந்தது
நான் இருளில் நின்றிருந்தேன்
ஒருவேளை அது பனியாக இருக்கலாம்
ஒருவேளை அது இருட்டாக இருக்கலாம்
ஒருவேளை அது இருட்டாக இருளாக மட்டுமே இருக்கலாம்
அங்கு நிசப்தமாக இருந்தது
அங்கு முழுமையான நிசப்தம் இருந்தது
நான் இருளில் நின்றிருந்தேன்
அங்கு நிசப்தமாக இருந்தது
அங்கு முழுமையான நிசப்தம் இருந்தது

நிசப்தம் இருளாயிருந்தது
நிசப்தம் கருப்பாயிருந்தது

நான் இருளில் நின்றிருந்தேன்
நிசப்தம் இருட்டாக இருந்தது
நிசப்தம் கருப்பாக இருந்தது
நான் இருளில் நின்றிருந்தேன்
நிசப்தம் இருட்டாக இருந்தது
நிசப்தம் கருப்பாக இருந்தது
நான் இருளில் நின்றிருந்தேன்
நான் ஒளி என்றேன்
நான் ஒளி என்று வலியுறுத்தினேன்
சொல் சொல்லாயிருந்தது
அது ஒளியாய் இல்லை
சொல் ஒளியாய் இல்லை
சொல் சொல்லாயிருந்தது
நான் பயந்தேன்
நான் அச்சப்பட்டேன்
அது பயம் என்ற சொல் அல்ல
அது பயம்
நான் பயந்தேன்
நான் ரொம்பவும் பயந்தேன்
நிசப்தம் பயமாக இருந்தது
அது வெண்மையாக இல்லை
அது குளிராக இல்லை
அது ஈரமாக இல்லை
அது இருளாய் இருந்தது
அது கருமையாய் இல்லை
அது இருட்டாக இருந்தது
அது கருப்பாக இருந்தது
அது அந்தக் கண்கள்
அது கருப்பாக இருந்தது
அங்கு நிறைய கண்கள் இருந்தன
அந்தக் கருமை முழுதும் நிறைய கண்கள் இருந்தன

அந்தச் சொற்கள் அல்ல
அந்தக் கண்கள்
நான் அவற்றைப் பார்த்தேன்
அந்தக் கண்கள்
அவை வெண்மையாயில்லை

அவை மஞ்சளாயிருந்தன
ஒருவேளை அந்தக் குளிராக இருக்கலாம்
ஒருவேளை அந்த ஈரமாக இருக்கலாம்
அந்தக் கண்கள் பார்த்தன
நான் கண்களைப் பார்த்தேன்
அந்தக் கண்கள் என்னைப் பார்த்தன
நான் அந்தக் கண்களைப் பார்த்தேன்
அவை கருப்பாக இருந்தன
கருப்பு நிறத்தில் மஞ்சள் கண்கள்
அங்கு கருப்பாக இருந்தது
அது நான்தான்
அங்கு கருப்பாக இருந்தது
கருப்பு இருளில் மஞ்சள் கண்கள்
அங்கு கருப்பாக இருந்தது
அங்கு நிசப்தமாக இருந்தது
நிசப்தம் இருட்டாக இருந்தது
நிசப்தம் கருப்பாக இருந்தது
நானும் நிசப்தமாக இருந்தேன்
நான் ஒளி என்று சொல்ல விரும்பினேன்
எனக்கு ஒளி தேவையாயிருந்தது
அந்த சொல் தேவையாயிருந்தது
அந்த ஒலி தேவையாயிருந்தது
அங்கு ஒலி இல்லை
அங்கு சொல் இல்லை
அங்கு நிசப்தம் இருந்தது
அங்கு நிசப்தமாய் இருந்தது
நான் எங்கு பார்க்க எனக்குத் தெரியவில்லை
நான் எங்கு பார்த்தாலும் இருளாயிருந்தது

கருப்பு மஞ்சள் கண்கள்
அங்கு கருப்பாக இருந்தது
அங்கு கருப்பு நிறத்தில் மஞ்சள் கண்கள்
அங்கு கருப்பாக இருந்தது
அங்கு நிசப்தமாக இருந்தது
அங்கு முழு நிசப்தமாக இருந்தது
அந்தக் கருப்பு நிசப்தமாக இருந்தது
நானும் நிசப்தமாக இருந்தேன்

அந்த மஞ்சள் கண்கள் நிசப்தமாக இருந்தன
அங்கு கருப்பாக இருந்தது
என் கைகளை என்னால் பார்க்க முடியவில்லை
என் கைகள் கைகளா என்று என்னால் பார்க்க முடியவில்லை
அங்கு கருப்பாக இருந்தது
கருப்பு நிறத்தில் மஞ்சள் கண்கள்
அந்தக் கண்கள் என்னைப் பார்த்தன
அவை மஞ்சளாய் இருந்தன
அவை சொற்கள் இல்லை
அவை கண்கள்
என் கைகளை என்னால் பார்க்க முடியவில்லை
மஞ்சள் கண்களைப் பார்க்க முடிகிறது
அந்த மஞ்சள் கண்கள் மஞ்சளாய் இருக்கின்றன
அந்த மஞ்சள் கண்கள் இருளில் இருக்கின்றன
நிசப்தம் இருளாயிருந்தது
நிசப்தம் கருப்பாயிருந்தது
நான் நிசப்தமாயிருந்தேன்
நான் முற்றிலும் நிசப்தமாயிருந்தேன்
என்னால் அந்தச் சொல்லைச் சொல்ல முடியவில்லை
நிசப்தம் இருட்டாக இருந்தது
நிசப்தம் கருப்பாக இருந்தது
நான் நிசப்தமாயிருந்தேன்
நான் முற்றிலும் நிசப்தமாயிருந்தேன்

என்னால் அந்தச் சொல்லைச் சொல்ல முடியவில்லை
அங்கு கருப்பாக இருந்தது
கருப்பு நிறத்தில் மஞ்சள் கண்கள்
அதைத் தவிர வேறு எதுவும் எனக்குத் தெரியவில்லை
அதைத் தவிர வேறு எதுவும் எனக்குத் தெரியவில்லை
அங்கு கருப்பாக இருந்தது
கருப்பு நிறத்தில் மஞ்சள் கண்கள்
கருப்பு நிறத்தில் இருக்கும் மஞ்சள் கண்கள்
நான் இருளில் நின்றிருந்தேன்
நான் இருளோடு நின்றிருந்தேன்
நான் நிசப்தமாயிருந்தேன்
நான் முழு நிசப்தமாயிருந்தேன்

என்னால் அந்த வார்த்தையை இனிமேலும் சொல்ல
முடியவில்லை
நான் இருளில் நின்றிருந்தேன்
நான் இருளோடு நின்றிருந்தேன்
நான் நிசப்தமாயிருந்தேன்
நான் முழு நிசப்தமாயிருந்தேன்
என்னால் அந்த வார்த்தையை இனிமேலும் சொல்ல
முடியவில்லை
நான் இருளில் நின்றிருந்தேன்
நான் இருளோடு நின்றிருந்தேன்
நான் நிசப்தமாயிருந்தேன்
நான் முழு நிசப்தமாயிருந்தேன்
என்னால் அந்த வார்த்தையை இனிமேலும் சொல்ல
முடியவில்லை
அங்கு கருப்பாக இருந்தது
என்னால் என் கைகளைப் பார்க்க முடியவில்லை
அங்கு கருப்பாக இருந்தது
கருப்பு நிறத்தில் மஞ்சள் கண்கள்
எனக்கு இருளைத் தவிர வேறேதும் தெரியாது
இருளின் கருப்பு மஞ்சள் கண்கள்

மஞ்சள் கண்கள் அவற்றின் தாடைகளைத் திறந்தன
ஒளிரும் தசைகள்
நான் பார்த்தேன்
தசைகளின் ஒளிர்தலை நான் பார்த்தேன்
நான் நிசப்தமாயிருந்தேன்

நான் முழுதும் நிசப்தமாயிருந்தேன்
நான் நிசப்தமாக இருந்தேன்
அவற்றின் தாடைகளும் நிசப்தமாயிருந்தன
அவை முழு நிசப்தமாயிருந்தன
எங்கு பார்த்தாலும் தசைகளின் ஒளிர்தல்
மாமிசத்தின் ஒளிர்தல்
மாமிசத்தின் பிரகாசத்துடன் தாடைகள் திறந்தன
மாம்சத்தின் பிரகாசத்தைக் கண்டேன்
ஒளிர்தல் வார்த்தை அல்ல
ஒளிர்தல் என்பது தசை

தசை இருளின் ஒளி
நான் ஒளியாக இருக்கவில்லை
நான் நிசப்தமாக இருந்தேன்
நான் முற்றிலும் நிசப்தமாக இருந்தேன்
அவற்றின் தாடைகள் நிசப்தமாக இருந்தன
நான் நிசப்தமாகயிருந்தேன்
நான் முழுதாக நிசப்தமாயிருந்தேன்
என்னால் ஒரு வார்த்தையும் சொல்ல முடியவில்லை
நான் நிசப்தமாயிருந்தேன்
நான் முற்றிலும் நிசப்தமாயிருந்தேன்
அந்தத் தாடைகளும் நிசப்தமாயிருந்தன
அவை முழு நிசப்தமாயிருந்தன
அவை மிகவும் நெருங்கி அருகில்
நான் தொலைந்து போனேன்
போனேனா
நான் இப்போதும் நிசப்தமாய் இருக்கிறேன்
நான் தொலைந்து போனேன்
தொலைந்தேனா
நான் இன்னும் நிசப்தத்தில் இருக்கிறேன்
அந்தத் தாடைகளும் நிசப்தமாக இருக்கின்றன
நான் தொலைந்துவிட்டேன்
அப்படித்தானா

நான் இன்னும் நிசப்தமாக இருக்கிறேன்
நான் தொலைந்துவிட்டேன்
உண்மைதானா
நான் இன்னும் நிசப்தமாக இருந்தேன்
அந்தத் தாடைகள் இன்னும் நிசப்தமாக இருந்தன
அவை முற்றிலும் நிசப்தமாக இருந்தன
அவை நெருங்கி மிக அருகில்
நான் அந்த வார்த்தையை வேண்டினேன்
அந்தச் சொல்லை அல்ல
என்னால் ஒளி என்று சொல்ல முடிந்திருந்தால்
என்னால் பனி என்று சொல்ல முடிந்திருந்தால்
என்னால் பனி வெண்மையானது என்று சொல்ல முடிந்ததா
என்னால் பனி குளிர்ச்சியானது என்று சொல்ல முடிந்ததா
என்னால் பனி ஈரமாக இருந்தது என்று சொல்ல முடிகிறதா

என்னால் பனி நிசப்தமாக இருந்தது என்று சொல்ல முடிகிறதா
நான் நிசப்தமாயிருந்தேன்
தாடைகள் நிசப்தமாக இருந்தன
முற்றிலும் நிசப்தமாக இருந்தன
நான் தொலைந்துவிட்டேன்
சரிதானா
நான் இன்னும் நிசப்தமாக இருந்தேன்
நான் முற்றிலும் நிசப்தமாக இருந்தேன்
அந்தத் தாடைகள் நிசப்தமாக இருந்தன
நான் தொலைந்து போய்விட்டேன்
சத்தியம்தானா
நான் இன்னும் நிசப்தமாக இருந்தேன்
தாடைகள் நிசப்தமாக இருந்தன
முழுதும் நிசப்தமாக இருந்தன
எனக்கந்த வார்த்தை வேண்டும்
அந்த வார்த்தை அங்கு இல்லை
நான் தொலைந்தே விட்டேன்
அப்படித்தானா
நான் உண்மையில் அங்கு இருந்தேனா?

நான் இன்னும் நிசப்தமாகவே இருந்தேன்
நான் இன்னும் இளஞ்சிவப்பு நிறத்தில் இருந்தேன்
நான் நிசப்தமாக இருந்தேன்
தாடைகள் நிசப்தமாக இருந்தன
முற்றிலும் நிசப்தமாக இருந்தன
அவை மிக நெருங்கி வருகின்றன
நான் நிசப்தமாக இருந்தேன்
பயம் நிசப்தமாக இருந்தது
அது வெண்மையாக இல்லை
அது குளிராக இல்லை
அது ஈரமாக இல்லை
அது இருட்டாக இருந்தது
அது கருப்பாக இல்லை
அது இருட்டாக இருந்தது
நான் நிசப்தமாக இருந்தேன்
நான் முற்றிலும் நிசப்தமாக இருந்தேன்
நான் தொலைந்துவிட்டேன்

இல்லையா
நான் உண்மையில் அங்கு இருந்தேனா
தாடைகள் நிசப்தமாக இருந்தன
நானும் நிசப்தமாக இருந்தேன்
நான் முற்றிலும் நிசப்தமாக இருந்தேன்
தாடைகள் நிசப்தமாக இருந்தன
தாடைகள் முற்றிலும் நிசப்தமாக இருந்தன
ஒளியின் பற்சிமிட்டல்
நான் கண்களின் உள்ளே பார்த்தேன்
ஒளியின் பற்சிமிட்டல்
நான் கண்களின் உள்ளே பார்த்தேன்
ஒளியின் பற்சிமிட்டல்
வெளிச்சத்தின் பற்சிமிட்டல்
நானதை ஏற்றுக்கொண்டேன்

நான் அதை ஏற்றுக்கொண்டேன்
நான் நிசப்தமாக இருந்தேன்
நான் முற்றிலும் நிசப்தமாக இருந்தேன்
நான் அதை ஏற்றுக்கொண்டேன்
முழுமையான ஒத்திசைவோடு
நான் அதை ஏற்றுக்கொண்டேன்
நான் அதை நம்பினேன்
பற்கள் கூர்மையாக இருந்தன
நாக்குகள் ஈரமாக இருந்தன
பற்கள் என் கழுத்தில் இருந்தன
பற்கள் என் கழுத்தில் இருந்தன
பற்கள் என் கழுத்தில் இருந்தன
நாக்குகள் ஈரமாக இருந்தன
பற்கள் கூர்மையாக இருந்தன
வலியோ வெண்மையாக இருக்கவில்லை
வலியோ குளிர்ச்சியாக இல்லை
வலி ஈரமாக இருந்தது
நான் அதை ஏற்றுக்கொண்டேன்
வலி ஈரமாக இருந்தது
நான் அதை ஏற்றுக்கொண்டேன்
நான் கருப்பு மஞ்சள் கண்களைப்
பார்த்தேன்

நான் அதை ஏற்றுக்கொண்டேன்
முழுமையான ஒத்திசைவோடு
நான் அதை ஏற்றுக்கொண்டேன்
வலி வெண்மையாக இல்லை
வலி குளிர்ச்சியாக இல்லை
வலி ஈரமாக இருந்தது
நான் சூடாக இருந்தேன்
சூடும் கொஞ்சம் ஈரமுமாக
நான் நிசப்தமாக இருந்தேன்
நான் முற்றிலும் நிசப்தமாக இருந்தேன்
நான் அதை ஏற்றுக்கொண்டேன்
நான் தொலைந்துவிட்டேன்
நிச்சயமாகவா

நான் உண்மையில் இருந்தேனா?
நான் அதை ஏற்றுக்கொண்டேன்
முழுமையான ஒத்திசைவோடு
நான் அதை ஏற்றுக்கொண்டேன்
நான் அதை நம்பினேன்
நான் அதை ஏற்றுக்கொண்டேன்
முழுமையான ஒத்திசைவோடு
நான் அதை ஏற்றுக்கொண்டேன்
நான் நிசப்தமாக இருந்தேன்
நான் முற்றிலும் நிசப்தமாக இருந்தேன்
பற்கள் கூர்மையாக இருந்தன
வலி சூடாக இருந்தது
பற்கள் கூர்மையாக இருந்தன
வலியும் சூடாக இருந்தது
நான் கருப்பு மஞ்சள் கண்களைப்
பார்த்தேன்
நான் கருப்பு மஞ்சள் கண்களைப்
பார்த்தேன்
நான் அதை ஏற்றுக்கொண்டேன்
முழுமையான ஒத்திசைவோடு
நான் அதை ஏற்றுக்கொண்டேன்
நான் அதை நம்பினேன்

நான் நிசப்தமாக இருந்தேன்
நான் முற்றிலும் நிசப்தமாக இருந்தேன்
நான் கருப்பு மஞ்சள் கண்களைப்
பார்த்தேன்
நான் கருப்பு மஞ்சள் கண்களைப்
பார்த்தேன்
நான் கருப்பு மஞ்சள் கண்களைப்
பார்த்தேன்
நான் நிசப்தமாக இருந்தேன்
நான் முற்றிலும் நிசப்தமாக இருந்தேன்
நான் தொலைந்துவிட்டேன்
நானா
நானேதானா
நான் உண்மையில் அங்கு இருந்தேனா

நான் அதை ஏற்றுக்கொண்டேன்
பற்கள் கூர்மையாக இருந்தன
நாக்குகள் ஈரமாக இருந்தன
நான் அதை ஏற்றுக்கொண்டேன்
பற்கள் கூர்மையாக இருந்தன
வலியும் சூடாக இருந்தது
நான் அதை ஏற்றுக்கொண்டேன்
முழுமையான ஒத்திசைவோடு,
நான் அதை ஏற்றுக்கொண்டேன்
நான் அதை நம்பினேன்

நான் அதை நம்பினேன்
பற்கள் போனால் போகட்டும்

அங்கு கருப்பாக இருந்தது
அங்கு கருப்பைத் தவிர வேறில்லை

அங்கு நிசப்தமாக இருந்தது
அங்கு முற்றிலும் நிசப்தமாக இருந்தது

நான் நிசப்தமாக இருந்தேன்
நான் முற்றிலும் நிசப்தமாக இருந்தேன்

அங்கு கருப்பாக இருந்தது
அங்கு முற்றிலும் கருப்பாக இருந்தது
நான் கருப்பு நிறத்தைப் பார்த்தேன்
கருப்பைத் தவிர வேறெதையும் பார்க்கவில்லை

நான் தொலைந்துவிட்டேன்
நானா
நான் உண்மையில் அங்கு இருந்தேனா?

அங்கு நிசப்தமாக இருந்தது
அங்கு முற்றிலும் நிசப்தமாக இருந்தது

நான் நிசப்தமாக இருந்தேன்
நான் முற்றிலும் நிசப்தமாக இருந்தேன்

முடிந்துவிட்டதா
இருந்ததா
அது உண்மையில் இருந்ததா

அங்கு நிசப்தமாக இருந்தது
அங்கு முற்றிலும் நிசப்தமாக இருந்தது

நான் நிசப்தமாக இருந்தேன்
நான் முற்றிலும் நிசப்தமாக இருந்தேன்
என்னோடு ஆனால் வார்த்தை இருந்தது
நான் இருளில் நின்றிருந்தேன்

அது கருப்பாக இருந்தது
அது முற்றிலும் கருப்பாக இருந்தது
ஒருவேளை அது பனியாக இருக்கலாம்
ஒருவேளை அது வானமாக இருக்கலாம்

எனக்குக் குளிர் இல்லை
நான் என்னை நீட்டிகொண்டேன்
ஒருவேளை நான் தொலைந்து போயிருக்கலாம்
ஒருவேளை நான் முழுமையாக ஆகியிருக்கலாம்

நான் நிசப்தமாக இருந்தேன்
நான் முற்றிலும் நிசப்தமாக இருந்தேன்

நான் நிசப்தமாக இருந்தேன்
நான் முற்றிலும் நிசப்தமாக இருந்தேன்
ஒருவேளை நான் முழுமை அடைந்திருப்பேன்

ஒருவேளை நான் முழுமையடைந்திருப்பேன்

நான் கருப்பைப் பார்த்தேன்
கருப்பைத் தவிர வேறு எதையும் பார்க்கவில்லை

அப்படித்தான் இருந்தது அவ்விரவு

அன்புக்குரியவர்கள்

முதல் நண்பர்களான அப்துல் அசீம், அருள் ஜெகன், வேலுதாஸ்

அண்ணன்கள் ஜி.எஸ். தயாளன், ம. மதிவண்ணன், யவனிகா ஸ்ரீராம், க. மோகனரங்கன், நட. சிவகுமார்

நலமே விரும்பும் தோழிகள் ரீனு, தேன்மொழி சதாசிவம், கனிமொழி.ஜி, பரமேஸ்வரி. தி, தீபா அழகேஸ்வரி, தீபா ராஜ்குமார், ரேவதி முகில், சுசித்ரா மகேஸ்வரன்

அன்பர்கள் செந்தூரன், இளவேனில், வெங்கட், சிவராஜ் பாரதி

திருவண்ணாமலை ஸ்ரீனி கார்த்தி, ஜெ.பி, கு.பாலாஜி, சல்மான், சீத்தா, அலி முஹமத், தமிழ், கனிவிஜய், யாழினி, ஆக்னெஸ்,

ராஜை விஜயராணி மீனாக்ஷி & செல்வகுமார்

மதுரை குமார் & லக்ஷ்மி

தம்பிகள் முத்துராஜ், புனிதன், வள்ளியப்பன், நிஷாந்த், பிரபு தர்மராஜ், யாத்ரா நீலா, ராமலிங்கம்

தக்கலை நண்பர்கள் பீர், ஹல்லாஜ், பாபு, ஹல்லாஜ் ஹனீபா, ஜாகிர் ஹுசைன்

சகோக்கள் மீனாட்சி சொக்கன், ராம்போ குமார், ஜான் மேரி ரோஸ், நீ சிம்மா, ராமதாஸ் சென்றாயன்

நண்பர்கள் போகன் சங்கர், கார்த்திகைப்பாண்டியன், அன்புவேந்தன், பா. திருச்செந்தாழை, ஜெயாபுதீன், ரியாஸ் குரானா, இளங்கோ கிருஷ்ணன், தமிழ்ப்பித்தன், மௌனன் யாத்ரீகா, வேல்கண்ணன், ந. பெரியசாமி, தினேஷ் செல்வராஜ், டோனி ப்ரெஸ்லெர்

சகபாடிகள் ஸ்டாலின் ராஜாங்கம், அ.ஜெகநாதன், ஜெ. பாலசுப்ரமணியம்

கவிதைத் தம்பிகள் றாம் சந்தோஷ், நெகிழன், சூர்யா.வே.நி, பெரு. விஷ்ணுகுமார், ஹரீஷ்மாறன், ச. துரை

திணை – காலச்சுவடு – இடைவெளி – வாசகசாலை – கனலி – யாவரும். காம் – நிலவெளி – அனலி – மூங்கில்

அன்பின் வழித்துணைகள் எழில், ராகேஷ் நந்தன், விஷ்வா நந்தன், உமா தேவி, விமலா ராணி

யாவருக்கும் அன்பு.